அடியார்க்கு நல்ல பெருமாள்

(சொற்பொழிவுகள்)

கி. வா. ஜகந்நாதன்

Title: Adiyarku Nalla Perumal

Author: Ki. Va. Jagannathan

Language: Tamil

First Published on: 1957

Year of Publication: 2025

Book Format: Paperback

*Page Size: 6inch * 9inch*

Category: Religious

Subject: Religious Essays

No. of pages: 134

ISBN: 978-81-998258-1-9

Published by: Nilan Publishers, Madurai, Tamilnadu, India

பொருளடக்கம்

குறிப்புகளுக்காக

முகவுரை

கந்தர் அலங்கார விரிவுரை நூல் வரிசையில் இது ஏழாவது. இதில் 33-ஆம் பாடல் முதல் 38-ஆம் பாடல் வரையில் உள்ள ஆறு பாடல்கள் விளக்கம் பெறுகின்றன. முதற் பாடல் முருகனுடைய அடியார்கள் இம்மை மறுமைப் பயனை அடைவார்கள் என்பதைச் சொல்கிறது. இரண்டாவது பாடல் காம நோயின் வன்மையைத் தெரிவிக்கிறது. மூன்றாவது பக்தித் துறையைப் பற்றிக் கூறுகிறது. அடுத்தது செல்வம் நிலையாமையையும் இன்ப துன்பங்களின் இயல்பையும் அறிவிக்கிறது. ஐந்தாவது பாடல் எந்த நிலையிலும் முருகனுடைய வேலை நினைக்கும் ஆற்றலைப் பற்றிக் கூறுகிறது. ஆறாவது பாடல் முருகன் அருள் இருந்தால் நாளாலும் கோளாலும் வினையினாலும் கூற்றுவனாலும் வரும் துன்பங்கள் இல்லை என்று தைரியம் அளிக்கிறது.

வெற்றிவேற் பெருமாளும், அடியார்க்கு நல்ல பெருமாளும், அவுணர் குலம் அடங்கப் பொடியாக்கிய பெருமாளும், பொட்டாக வெற்பைப் பொருத கந்தனும், வெஞ்சூரனைக் குத்தியவனும், அமராவதி கொண்ட கொற்றவனும், காவிரிச் செங்கோடனும், குன்றம் எட்டும் கிழித்தோடும் வேலுடையவனும், சூரனைக் கொன்ற ராவுத்தனும், குமரேசனும், தாளில் சிலம்பும் சதங்கையும் தண்டையும் அணிந்தவனும், சண்முகனும், தோளில் கடம்பு புனைந்தவனும் ஆகிய முருகனை இப்பாடல்களிலே காணுகிறோம்.

பிறவி இறுதி இல்லாமல் தொடர்ந்து வருவதையும், வறுமையானது வாழ்வு முழுவதையும் கெடுப்பதையும், மனம் கட்டுக்கு அடங்காமல் செல்வதையும், அதற்கு ஞானம் தட்டுப்படாமல் இருப்பதையும், வேல் போன்ற விழியையுடைய மகளிரால் மயல் உண்டாவதையும், அந்த மயலில் மனம் கட்டுண்டு அல்லற்படுவதையும்

அருணகிரியார் சொல்கிறார். பக்தித் துறை வழியே ஆனந்த வாரியில் இழிந்தால் புத்தி தெளியும் என்றும், செல்வம் ஆற்றில் வரும் பெருக்குப் போன்றது என்றும், வாழ்க்கைக்கு இன்ப துன்பங்கள் இரு கரைகள் போல் உள்ளன என்றும், காவிரி கரிக்கோட்டு முத்தைச் சுழித்து ஓடுகிறது என்றும், இறைவனுடைய கோலத்தையும் விளையாடலையும் சொல்லாதவர்களுக்கு முத்தியின் பலன் கிட்டாது என்றும் அறிவுறுத்துகிறார். மகளிர் கண்டுண்ட சொல்லியர் என்பதும், அவர் மயலாகிய கள் தன்னை உண்டவரை மயங்கச் செய்யும் என்பதும், இறைவனுடைய தரிசனம் பெற்றவர்களுக்கு நாளாலும் வினையாலும் கோளாலும் கூற்றுவனாலும் வரும் துன்பங்களால் அச்சம் உண்டாகாது என்பதும் இப் பாடல்களில் வருகின்றன.

படர்க்கையாக இரண்டு பாடல்களும் *(1, 6)*, முருகனை முன்னிலைப் படுத்திய பாடல்கள் மூன்றும் *(2, 3, 5)*, நெஞ்சை விளித்துக் கூறும் பாடல் ஒன்றும் *(4)* இப்புத்தகத்தில் உள்ளன.

இவற்றுக்கு விளக்கம் கூறும்போது இடையிடையே வரும் கருத்தைத் தெளிவிக்கப் பிற நூல் மேற்கோள்களைச் சொல்கிறேன். அவற்றையும் ஓரளவு விளக்க வேண்டி நேர்கிறது. அந்த முறையில் பாரதி பாடல், திருவாசகம், தாயுமானவர் பாடல், சுந்தரர் தேவாரம், திருக்குறள், பெரிய புராணம், கம்ப ராமாயணம் முதலிய நூல்களிலிருந்து சில செய்யுட்களின் விளக்கங்களும் இதில் இடம் பெறுகின்றன. பழங் கதைகள், கற்பனைக் கதைகள், உவமைகள் ஆகியவை கருத்தை விளக்கச் சிறந்த கருவிகளாக இருக்கின்றன. நுட்பமான கருத்தையும் ஏற்புடைய உவமையை எடுத்துக் கூறித் தெளிவாக்கி விடலாமென்பது அநுபவத்தில் யான் கண்ட உண்மை. ஆதலின் இச்சொற்பொழிவுகளில் பல பல உவமைகள் இடையிடையே விரவியிருக்கும்.

இதற்கு முன் வெளியான புத்தகங்களைப் படித்த சில அன்பர்கள் அவற்றைப் பாராட்டி எழுதி வருகிறார்கள். என் நூல்களை நன்கு படித்து அவற்றிலுள்ள நுட்பமான

பகுதிகளைப் பாராட்டி அடிக்கடி எழுதும் ஒரு பேரன்பர் அணிமையில் இறைவன் திருவடியை அடைந்தார். கஜாரணியத் திராவிடக் கவிமணி வே. முத்துசாமி ஐயர், எம்.ஏ., எல்.டி., என்னும் பெரியார் என்னிடம் பேரன்பு பூண்டு யான் எழுதுவதையெல்லாம் படித்து இன்புற்றுத் தம் மகிழ்ச்சியைத் தெரிவித்து வந்தார். அவர் சென்ற ஆகஸ்டு மாதம் 11ஆம் தேதி புகழுடம்பு பெற்றார். இந்தப் புத்தகம் வெளிவந்து அவர் பார்ப்பதற்கில்லையே என்ற துயரால் இதனை எழுதலானேன்.

இந்த நூல் வரிசை உருவாவதற்குத் துணை நிற்கும் யாவருக்கும் என் நன்றி உரியது.

கி.வா. ஜகந்நாதன்

20. 09. 1957

அடியார்க்கு நல்ல பெருமாள்

கோயில் என்றும் குளம் என்றும் அலைந்து, ருத்திராட்சம் என்றும் திருநீறு என்றும் அணிந்து, பஞ்சாட்சரம் என்றும் ஷடாட்சரம் என்றும் ஜபம் செய்து பக்தி பண்ணி வாழும் மக்களைப் பார்த்து எள்ளி நகையாடும் அறிவாளிகள் பலர் இப்பொழுது மலிந்து விட்டார்கள். கலைஞர்களாக இருந்தவர்கள் மாறித் தொழிலாளர்களாகி வருகிறார்கள். கலைஞன் தான் செய்யும் காரியத்தில் ஈடுபட்டு, தன்னை மறந்து, அக்காரியத்தால் கிடைக்கும் கூலியை வேலைசெய்யும்போது மறந்து நிற்கிறான். தொழிலாளி தன் தொழிலைச் செய்யும்போது பின்பு அதனால் கிடைக்கின்ற பயனில் எப்போதும் நினைவு வைத்தே ஈடுபடுகிறான். இந்தத் தொழிலாளி மனப்பான்மை வளர்ந்து விட்ட தனால் நாம் செய்யும் காரியங்கள் எல்லாம் அப்போதைக்கப் போது பலன் தரக்கூடியனவாக இருக்க வேண்டுமென்று நினைக கிறோம்.

வையமும் வானமும்

தெய்வம் இருக்கிறதென்று யாராவது சொன்னால் அதை நம்ப மாட்டோம் என்று சொல்கிறோம். "அது கைமேல் பலன் தருகிறது அல்லவே!" என்று நினைப்பு. மாணவர்கள் இந்த முறையில் பேசக் கற்றுக் கொண்டிருக்கிறார்கள். "வையத்தைப் பாராமல் வானத்தைப் பார்க்கிறீர்களே!" என்று பக்தர்களைப் பார்த்துச் சொல்ல அவர்களுக்குக் கற்றுக் கொடுக்கும் பெரு மக்களும் இருக்கிறார்கள். ஆண்டவனை நினைக்கிறவர்கள், "வையம் இன்னது, வானம் இன்னது" என்று தெரியாமல் வாழ்பவர்களென்று இவர்கள் நையாண்டி செய்கிறார்கள். வையத்தையும் வானத்தையும் ஒருங்கே நினைக்கின்ற சமயம் நம்முடையது என்பதை இவர்கள்

மறந்துவிட்டார்கள். வையத்தை நன்றாக உணர்ந்து கொண்டு வானத்தையும் எட்டிப் பிடிக்க முயன்றவர்கள் நம் நாட்டுப் பெருமக்கள். வையம் இன்னது என்றே தெரியாமல், வையத்தில் வாழ்வது எப்படி என்பதும் தெரியாமல் வாழ்கின்ற இக்கால மக்களுக்கு வானத்தைப் பற்றி எங்கே நினைப்பு வரும்?

வையத்தில் வாழும் வகை இன்னது என்றே தெரியாமல் இவர்கள் என்ன என்னவோ காரியங்களைச் செய்து துன்பப் படுகிறார்கள். ஒவ்வொரு மனிதனுக்கும் ஒரு கட்சி; ஒவ்வொரு நாளும் ஒரு கட்சி; ஓர் ஊரில் நூறு கட்சிகள்! பிளவும் வேற்றுமையும் நாளுக்கு நாள் அதிகமாகி வருகின்றன. எந்த கொள்கையை யும் பத்து ஆண்டுக்குச் சேர்ந்தால் போலக் கடைப்பிடித்த அரசியல் தலைவர்கள் மிக அருமை. அரசியல் உணர்வு மலிந்து வருகின்ற இக்காலத்தில் சமயநெறிக் கொள்கைகளைப் பலர் எள்ளுகிறார்கள். வான வாழ்வை நினைப்பவர்கள் வைய வாழ்வைத் தாழ்வாகக் கருதுகிறார்களென்றும், வான வாழ்வை மறந்தவனே வையத்தில் நன்றாக வாழ முடியுமென்றும் எண்ணும் தவறான மனப்பான்மை அதிகமாக இருக்கிறது.

வேற்றுமையில் ஒற்றுமை

வையகம் என்பது ஒரு தனி மனிதன் மாத்திரம் வாழும் இடம் அன்று. ஒரு தனி மனுதனுடைய வள வாழ்வு உலகத்தின் வள வாழ்வு என்று கருத முடியாது. தனி மனிதனும் உடம்பை வைத்துக் கொண்டுதான் வாழ்கிறான். அந்த உடம்பிலும் பல உறுப்புக்கள் இருக்கின்றன. பூமியை நோக்கியிருக்கின்ற காலும், வானை நோக்கி இருக்கின்ற தலையும், பின்னோக்கி இருக்கின்ற முதுகும், முன்நோக்கி இருக்கின்ற மார்பும் அவன் உடம்பிலேயே உள்ளன. ஒவ்வோர் உறுப்பும் ஒவ்வொரு காரியத்தைச் செய்வதாகவும், ஒவ்வொரு திசையை நோக்குவதாகவும் இருக்கின்றன."எல்லாக் காரியத்தையும் நான்தானே செய்கிறேன்?" என்று கை, அவன் உடம்பிலுள்ள காலை ஒடித்துவிட்டால் அவன் நன்றாக வாழ்வானா?

உலகத்தில் பல கோடி மக்கள் இருக்கிறார்கள். அவரவர்களுடைய செயல்கள் வேறுபடுகின்றன. வைய வாழ்வு நன்றாக இருக்க வேண்டுமென்றால் அத்தனை கோடி மக்களின் வாழ்வும் நன்றாக இருக்க வேண்டும். ஒரு சமுதாயத்தில் பத்திரிகை ஆசிரியன் இருக்கிறான்; பள்ளி ஆசிரியன் இருக்கிறான்; தொழிலாளி இருக்கிறான்; முதலாளி இருக்கிறான்; பலவகைப்பட்ட தொழில், பலவகைப்பட்ட ஆசாரங்கள், பலவகைப் பட்ட பழக்கங்கள் உடைய மக்கள் சேர்ந்ததே சமுதாயம். உடம்பிலுள்ள உறுப்புக்கள் ஒன்றுக்கொன்று வேறுபாடாக இருக்கின்றன என்றாலும், அவை அவை அவ்வவற்றுக்குரிய செயலைத் திறம்படச் செய்து நன்றாக இருந்தால்தான் அவ்வுறுப்புக்களை உடைய மனிதன் நன்றாக வாழ்வான். அதைப்போல ஒருவருக் கொருவர் வேறுபடும் மக்கள் ஒரு சமுதாயத்தில் இருந்தாலும், அந்தச் சமுதாயம் நன்றாக வாழ அவரவர்கள் அவரவர்களுக்கு உரிய காரியங்களைத் திறம்படச் செய்ய வேண்டும். 'வேற்றுமை யில் ஒற்றுமை" *(Unity in diversity)* என்பது இதுதான். வேறுபட்டவர்கள் எல்லோருடைய காரியங்களிலும் கட்டுப்பாடும் ஒற்றுமையும் நிலவினால்தான் சமுதாயம் நன்றாக இருக்கும்; வைய வாழ்வு இனிக்கும்.

வைய வாழ்வு நன்றாக அமைய வேண்டுமானால் நம் உடம்பு நன்றாக இருப்பது போதுமா? நம்மைச் சார்ந்தவர்களும் நன்றாக இருக்கவேண்டும். "குழந்தைக்கு உடம்பு சரியில்லை; மனைவிக்கு நோய் வந்திருக்கிறது" என்றால் நம்மால் மகிழ்ச்சியாக வாழ முடியாது. ஆகவே நம்மைச் சுற்றிச் சூழ இருக்கிறவர்களும் நன்றாக வாழ்ந்தால் தான் நாமும் இன்பமாக இருக்க முடியும். இதுவரையில் நாம் ஒருவாறு உணர்கிறோம். இந்த முறையில் மேலும் அன்புடன் சிந்திப்போமானால் நாம் வாழ்கின்ற ஊர் நன்றாக இருக்க வேண்டுமென்ற எண்ணம் வரும். பிறகு அந்த ஊர் உள்ள நாடு, அந்த நாடு திகழ்கின்ற தேசம், அந்தத் தேசம் அடங்கிய உலகம் எல்லாம் நன்றாக வாழவேண்டுமென்ற எண்ணம் வரும்; இவ்வுலகத்தில் வசிக்கும் உயிர்கள் எல்லாம் நன்றாக

வாழவேண்டுமென்ற எண்ணமும் வரும். இப்படித் தன்னில் இருந்து ஆரம்பித்து, விரிந்து பரந்த உலகம் முழுவதும் நன்றாக வாழ வேண்டுமென்ற எண்ணம் வரவேண்டுமானால், நம்மைக் காத்துக்கொள்ள வேண்டுமென்று முதலில் தோன்றிய அன்பு வளர்ந்து வளர்ந்து முதிரவேண்டும்.

வேறுபாடற்ற காட்சி

அகன்ற உலகத்தை ஒரே சமுதாயமாக, வேறுபாடு இல்லாத சமுதாயமாகக் கண்ட ஞானிகள் பலர் இருந்திருக்கிறார்கள் நம் நாட்டில். "பார்க்குமிடம் எங்கும் ஒரு நீக்கமற நிறைகின்ற பரிபூர ணானந்தமே" என்று அன்பினால் குழைந்து பாடியிருக்கிறார் தாயுமானவர். அவருக்கு எல்லாம் இறை மயமாகத் தோன்றின.

"காக்கை குருவி எங்கள் சாதி -நீள்
கடலும் மலையும் எங்கள் கூட்டம்
நோக்கும் திசையெ லாம்நாம் அன்றி - வேறில்லை
நோக்க நோக்கக்களி யாட்டம்"

என்று பாடுகிறார் பாரதியார். பாரதியார் கண்ட வேறுபாடற்ற சமுதாயத்தில் காக்கை குருவி ஆகிய சிற்றுயிர்கள் மாத்திரம் இடம் பெறவில்லை. உயிர் அற்ற ஜடப் பொருள்களான மலை யும், கடலும் கூட அவரது கூட்டத்தோடு சேர்ந்து விடுகின்றன. ஒன்றுக்கு ஒன்று வேறுபடுத்திப் பார்த்துத் துன்புறுத்தி, தாமும் துன்புற்று வாழ்கின்ற மக்களுக்கு அத்தகைய மனப்பான்மை வரவேண்டுமானால் கடவுள் உணர்வு வரவேண்டும்.

உயிருக்கு உயிர்

உடம்பில் உறுப்புக்கள் எல்லாம் சேர்ந்திருந்தால் அது பயன் உடையதாகும் என்று சொல்ல முடியாது. அந்த உறுப்புக்கள் எல்லாம் கட்டுப்பட்டு, ஒற்றுமையாக ஒரு காரியத்தைச் செய்யும் படி செய்யும் உயிர் அந்த உடம்பில் இருக்க வேண்டும். உயிர் இல்லாத உடம்பிலும் உறுப்புக்கள் இருக்கின்றன; ஆனால் அவற்றால் பயன் இல்லை.

உறுப்புக்களை இயக்க உடம்பில் உயிர் இருக்க வேண்டும். அதுபோலவே, உயிர் இயங்குவதற்கும், உயிருக்கு உயிராக ஒன்று இருக்க வேண்டும் அல்லவா? அதைத் தான் பரமாத்மா, கடவுள் என்று சொல்கிறார்கள். கடவுள் என்ற புள்ளியை மையமாகக் கொண்டு விரிகின்ற சமுதாய வட்டத்தில் எல்லா உயிர்களும் உள்ளன. எல்லா உயிர்களையும் அடக்கும் வட்டத்தின் மையப் புள்ளியாகிய ஆண்டவனை நோக்கிச் செல் கின்ற உயிர்கள் வேறுபாடு அற்று ஓர் இடத்தில் வந்து நிற்கும்.

சூழ்நிலையும் கோயிலும்

இப்படி எல்லா உயிர்களுக்கும் மையமாக இருக்கிற ஆண்டவனைப் புராணங்கள், சிவலோகவாசி என்றும், வைகுண்டவாசி என்றும் உரைக்கின்றன. நமக்கு எட்டாத இடங்கள் அவை. அவ்விடங்களில் மட்டும் இருக்கிறான் என்று சொல்வதில்லை. அவன் எங்கும் இருக்கிறான் என்றும் சொல்கின்றன.

நமக்குச் சிவலோகத்தில் அவன் இருப்பதும் தெரியாது; எங்கும் பரந்திருப்பதும் தெரியாது. ஆயினும் அவன் நினைவு வரவேண்டும் என்பதற்காகக் கோயிலை அமைத்திருக்கிறார்கள். கோயிலிலே தான் அவனை நினைக்க வேண்டும் என்பது இல்லை. மடைப்பள்ளி என்றால் உணவு நினைவு வருகிறது. மடைப்பள்ளி அல்லாத இடங்களில் உணவு நினைவு வருவதில்லையா? படிப்பு அறைக்குள் நுழைகிறவன் அங்கே படுத்துத் தூங்க முடியாதா? முடியும். இருந்தாலும் படிப்பு அறைக்குள் படிப்பதற்கு வேண்டிய புத்தகம், விளக்கு, மேஜை, நாற்காலி முதலிய எல்லா வசதிகளும் இருப்பதாலும் அவ்வறைக்குள் பெரும்பாலான நேரம் படிப்பி லேயே கழிவதாலும் அவ்வறைக்குப் படிப்பறை எனப் பெயர் வைத்தார்கள். அவ்வறையிலுள்ள சூழ்நிலையே நம்மைப் படிக்கத் தூண்டுகிறது. கோயில்கள் அத்தகையவை. கோயில்களில் யாரும் அக்கிரமங்கள் செய்வதில்லை என்று சொல்ல இயலாது. கோயிலுக்குப்

போகின்ற பெரும்பாலனவர்களுக்கு அங்கே ஆண்டவனை நினைக்கத்தக்க சூழ்நிலை இருக்கிறது. ஆலயத்திற்கு போகும் போதே அகண்ட வியாபியாய் இருக்கும் இறைவனுடைய நினைப்பு உண்டாகிறது.

உள்ளும் புறம்பும்

துன்பத்தில் தவிப்பவனுக்கு, துன்பத்தில் ஆழ்ந்த வேறு ஒருவன் எப்படி உதவி செய்ய முடியும்? சிறையில் அடை பட்டிருக்கிறவனை, அவனைப் போலவே சிறையில் அடை பட்டிருக்கிற வேறு ஒருவன் எப்படி விடுதலை செய்ய முடியும்? சிறையில் அடைபடாது தனித்து வெளியில் இருக்கும் ஒருவன் தான் பூட்டைத் திறந்து வெளிவிட முடியும். பிரபஞ்சச் சேற்றுக்குள் அகப்பட்டிருக்கும் உயிர்களைக் காப்பாற்ற, பிரபஞ்சச் சேற்றுக்குள்ளேயே கிடக்கும் மற்றோர் உயிரால் முடியாது.

ஆதலால், "நம்மைக் காப்பாற்றும் ஆண்டவன் நம்மிலும் அப்பாற்பட்டு இருக்கிறான். இந்த பிரபஞ்ச எல்லையைக் கடந்தவனாக இருக்கிறான்" எனச் சொன்னார்கள், நம் பெரியோர்கள். அப்பாற்பட்ட நிலையில் இருக்கும். ஆண்டவனைப் பக்தி பண்ணி அன்பு செய்து, பக்தி முறுகிய நிலையில் உலகிலுள்ள எல்லாப் பொருளையும் ஆண்டவனாகவே கண்டார்கள். தங்களுக்குள்ளேயே அந்தர்யாமியாய் இருக்கும் நிலையையும் உணர்ந்தார்கள்.

நமக்குள் இறைவன் இருக்கிறான் என்றாலும், நமக்கு அதில் நம்பிக்கை இல்லை. இறைவன் நமக்குப் புறம்பாக இருக்கிறான் என்றால், "இருக்கலாம்" என்ற நம்பிக்கை ஓரளவு வருகிறது. கைலையங்கிரியில் இறைவன் இருக்கிறான் என்றனர் பெரியோர். அவன் சர்வ வியாபியாய் இருக்கிறான், அந்தர்யாமியாய் இருக் கிறான் என்றும் கூறினார்கள்.

"எல்லாப் பொருளினூடும் அவன் இருக்கிறான். அவனுள் எல்லாப் பொருளும் அடங்கியிருக்கின்றன" என்றால் அது எப்படி என்ற ஐயம் உண்டாகிறது.

"இயன்ற எல்லாம் பயின்று அகத்து அடக்கிய."

இது நற்றிணையின் கடவுள் வாழ்த்தில் வருகிறது. உலகிலுள்ள பலபல உருவங்களினூடே இறைவன் உறைந்து, "இயன்ற எல்லாம் பயின்று' நிற்கிறான். இந்த நிலையை அந்தர்யாமித்துவம் என்பர். அதுமாத்திரம் அல்ல;

"அகத்து அடக்கி."

அவற்றை எல்லாம் அவன் தனக்குள் அடக்கியிருக்கிறானாம். அந்த நிலை சர்வ வியாபக நிலை. இந்த இரண்டு நிலையும் எப்படி ஒருவனிடத்தில் அமையும்?

ஒரு பெண் குடத்தைக் குளத்திற்குள் போடுகிறாள். குடம் முழுவதும் நீர் நிரம்புகிறது. குடம் நீருக்குள் இருப்பதனால் குடத்திற்குள்ளும் நீர் இருக்கிறது; அந்த நீர் குடத்தைத் தனக்குள்ளே அடக்கியும் இருக்கிறது. இறைவனும் அவ்வாறே இயன்ற எல்லாவற்றிலும் பயின்று உறைகிறான்; எல்லாவற்றையும் தன் அகத்தே அடக்கியும் வைத்திருக்கிறான்.

எம்பெருமானைச் சிவலோகத்தில் இருக்கும் நிலையிலும், வையம் முழுவதும் வியாபித்து இருக்கிற நிலையிலும், தன் அகத்தே உறையும் நிலையிலும் ஞானிகள் கண்டு ஆனந்தப் பட்டார்கள்.

"வானாகி மண்ணாகி வளியாகி ஒளியாகி
ஊனாகி உயிராகி உண்மையுமாய் இன்மையுமாய்க்
கோனாகி யான்எனதென் றவரவரைக் கூத்தாட்டு
வானாகி நின்றாயை என்சொல்லி வாழ்த்துவனே!"

என்று பொருள் அத்தனையும் இறைவனாகவே பார்த்தனர்.

நாம் ஒரு பொருளைப் பார்க்கிறோம். அதைப் பொருளாகவே பார்க்கிறோமே யொழிய இறைவனாகப் பார்க்கும் ஆற்றல் நமக்கும் இல்லை. நமக்குள்ளேயே அந்தர்யாமியாய் இருக்கும் இறைவனைப் பார்க்கும் ஆற்றலும் நமக்கு இல்லை. இறைவனைப் பார்ப்பது இருக்கட்டும். நம் உடம்புக்குள்ளே ஏதாவது நோய் வந்தால் அதைப் பார்க்கக்கூடிய ஆற்றலும் நமக்கு இல்லை. உள்ளத்துக்குள்ளே உள்ள கருத்தைக் காட்ட அமெரிக்காவில் கருவி கண்டுபிடித்திருக்கிறார்களாம். அங்கே உறையும் இறைவனைக் காண ஏதேனும் கண்டுபிடித்தால் நன்றாக இருக்கும். ஆனால் அது விஞ்ஞானத்தினால் முடியாது; மெய்ஞ்ஞானத்தால் தான் முடியும்.

தாயுமானவர் கண்ட முறை

தாயுமானவர் இறைவனை மூன்று நிலைகளிலே கண்டு இன்புற்றவர். அண்டத்திற்கு அப்பாற்பட்ட நிலையிலும், அண்டத்தி லுள்ள எல்லாப் பொருளாக உள்ள நிலையிலும் தம்முள்ளே உறைகின்ற நிலையிலும் கண்டு அநுபவ இன்பம் துய்த்தவர்.

இறைவனை அவர் ஒரு வடிவத்தில் முதலில் வழிபட்டார். உலகத்துக்கு அப்பால் உள்ளவனை ஒரு பிம்பத்தில் அடையாளமாக நிறுவினார். அவன்பால் காதல் கொண்டு உள்ளம் நெக்கு நெக்கு உருகி வழிபட்டார். இது முதல் நிலை. வடிவத்தில் உள்ள இறைவனுக்கு வழிபாடு நடத்த ஒரு நாள் பூக் கொய்துவர நந்தவனம் சென்றார், குடலையை எடுத்துக்கொண்டு. தோட்டத்திலே வெள்ளைவெளேர் என்று நந்தியாவட்டை மலர்கள் மலர்ந்திருந்தன. இறைவனை ஒரு வடிவிலே பாவித்து இறைஞ்ச அன்பு கொண்டு மலரைப் பறிக்கக் கையைக் கொண்டுபோன அவர் உள்ளத்திலே பக்குவம் முதிர, இரண்டாம் நிலை அப்போது வந்தது. இதுவரையிலும் இறைவனை அவர் ஒரு வடிவிலே கண்டு வழிபட்டவர். இப்போதோ தாம் பறிக்கப்போன மலரூடும் அவன் இருப்பதைக் கண்டார். உலகிலே பார்க்கின்ற

பொருள்களிலெல்லாம் அவனைக் காணும் நிலை அது. அந் நிலையை அடைந்துவிட்ட தாயுமானவர், "ஆங்கே பார்க்கின்ற மலரூடு நீயே இருத்தி" என்று பரவசம் எய்தினார். ஆண்டவனை மலரூடு பார்த்தவுடனே அவனைக் கும்பிட எண்ணி இரண்டு கையையும் எடுக்கப் போனார். கும்பிடப்போன அவர் கைகள் தளர்ந்துவிட்டன. காரணம் என்ன?

உலகத்திற்கு அப்பாற்பட்ட பொருளாக இறைவனைக் கருதி அவனை ஒரு சிறு வடிவத்தில் ஆவாகனம் செய்து வழிபட்ட நிலையில் இருந்த அவருக்குப் பார்க்கின்ற பொருள்களில் எல்லாம் அவனைக் காணும் நிலை வந்தது; பறிக்கப் போன மலரூடே அவனைக் கண்டு கும்பிடப் போனார். அப்போது அவருக்கு மூன்றாவது நிலை வந்து விட்டது. "அப் பனிமலர் எடுக்கமனமும் நண்ணேன்'' என்று, தூக்கிய கையைத் தளர விட்டுவிட்டார். அப்பனி மலரிடையே இருந்த இறைவனை அவர் தம் அகமலரிலும் கண்டார். அந்தர்யாமியாய் இருக்கும் இறைவனைக் காணும் மூன்றாவது நிலைக்கு உயர்ந்து விட்டார். பனி மலரில் இருக்கும் இறைவனை வழிபடக் கையைக் குவிக்கும்போது அந்தக் கும்பிடு குவித்த கைகளுக்குப் பின்னே அகமலரில் இருக்கும் இறைவனையும் கும்பிட்டதாக ஆகாதே! முன்னும் பின்னும் உள்ள ஈசனை ஒரே சமயத்தில் கும்பிட்டால் அது முழுக் கும்பிடு ஆகும். அகமலரில் உள்ள ஈசனைக் கும்பிடாமல், புற மலரில் உள்ள ஈசனை மாத்திரம் கும்பிட்டால் அரைக்கும்பிடுதானே ஆகும்? இதனை எண்ணி நாணமுற்று, "எப்படி அப்பா உன்னைக் கும்பிடுவேன்?" என ஏங்கிச் செயலற்று அப்படியே நின்று விட்டார்.

"பண்ணேன் உனக்கான பூசைஒரு வடிவிலே
பாவித்து, இறைஞ்ச ஆங்கே
பார்க்கின்ற மலரூடு நீயே இருத்தி; அப்
பனிமலர் எடுக்க மனமும்
நண்ணேன்; அலாமல்இரு கைதான் குவிக்கஎனில்
நாணும்என் உளம்நிற்றிநீ;

நான்கும்பி டும்போது அரைக்கும்பிடு ஆதலால்
நான்பூசை செய்தல் முறையோ?"

என்று பாடுகிறார்.

அடையாளம்

அவரைப்போல நாமும் இறைவனை உள்ளும் புறமும் கண்டு இன்ப அநுபவப் பேற்றை அடைய வேண்டுமென்றால் அவனிடத்தில் முறுகிய பக்தி வரவேண்டும். பக்தி ஏற்படுவதற்கு முதல் நிலை அவன் வடிவைப் பார்த்து, அவன் மேனியைத் தொட்டு அருச்சித்து வழிபட வேண்டும். அதற்கு ஏற்ற வகையில் அவனை நினைவுபடுத்தும் சின்னமாக, அவனுக்கு உருவங்களை அமைத்து வைத்தனர் நம் பெரியோர்.

அவனை நமக்கு நினைப்பூட்டும் அடையாளங்கள் பல. கோயில் ஓர் அடையாளம். திருநீறு ஓர் அடையாளம். அவை எல்லாம் இறைவனை நினைவுபடுத்தும் சின்னங்கள். அவனது அருள் தத்துவங்களை நினைப்பூட்டுவன புராணங்கள். அவற்றின் உண்மைத் தத்துவங்களைப் புரிந்து கொள்ள முடியாமல், அவை யாவும் பொய், சரடு எனப் பேசுகின்ற அவல நிலை நம்மிடையே பரவுகின்றது. அடையாளமாகக் காண்கின்ற நிலையே, அநுபவமாகக் காண்கின்ற நிலைக்கு வாசல். அநுபவமாகக் கண்டு இன்பப்பேற்றை எல்லா உயிர்களும் துய்க்க வேண்டு மென்ற பெருங் கருணையோடுதான் கோயில்கள் என்றும், மூர்த்திகள் என்றும் ஏற்பட்டன. ஒரு வடிவிலே இறைவனைப் பாவித்து, வழிபட்டு, மலரெடுத்து அருச்சித்துப் பக்தி செய்து வந்தால், பின்னர் அவனை அருச்சிப்பதற்காக எடுக்கும் மலரிலும் அவனைக் காணலாம்; பார்க்கின்ற பொருள்களில் எல்லாம் அவனைக் காண லாம். அது மாத்திரம் அல்ல. பார்க்கும் இடம் எங்கும் நீக்கமற நிறைகின்ற அப்பரம்பொருளை நமது உள்ளமாகிய அகமலரிலும் கண்டு இன்புறலாம். தாயுமானவர் காட்டிய வழி இது.

பல்வகை நெறி

இவ்வுலகத்தில் யாவரும் உண்டு பசி தீர்கிறார்கள். ஆயினும் ஒருவன் அரிசி சாப்பிடுகிறான். வேறு ஒருவன் கோதுமை சாப்பிடுகிறான். மற்றொருவன் கம்பு சாப்பிடுகிறான். இப்படி உணவு வகையிலும் ஆசார வகைகளிலும் மாறுபாடு இருப்பது போலவே இறைவனுடைய அருளைப் பெறுவதற்கான மார்க்கங்களிலும் பலவகை உண்டு. ஒரே மாதிரியாக எல்லாரும் பின்பற்ற வேண்டுமென்பது இல்லாமல், அவரவர்களுக்கு ஏற்ற வகையில் முயற்சி செய்யப் பலபல வழிகள் நம்முடைய சமயத்தில் இருக்கின்றன. அவரவர்களுடைய மனப்பக்குவத்திற்கு ஏற்பக் கோயில் சென்று இறைவனைக் கும்பிடுவாரும் உண்டு; தம் வீட்டில் அவனது வடிவத்திற்கு மலரிட்டு அருச்சித்து வழிபடுவாரும் உண்டு; யோக மார்க்கத்திலே அவன் தியானத்தில் ஈடுபட்டிருப்பாரும் உண்டு; வீடு வாசலைத் துறந்து, மனைவி மக்களைத் துறந்து, சந்நியாச ஆசிரமத்தைப் பின்பற்றித் தவநெறி யில் நிற்பாரும் உண்டு. சந்நியாசம் பெறுவது ஒன்றே இறைவனை அடைய மார்க்கம் என்றிருக்குமானால் இல்லறத்தானுக்கு வழியே இல்லாமல் போகும் அல்லவா? ஆகவே இல்லறத்தானுக்கு அறம் செய்து அடியார்க்கு அமுதிட்டுத் தொண்டு செய்வதன் மூலம் இறைவனுடைய அருளைப் பெறலாம் எனவும் வகுத்திருக்கிறார்கள்.

எந்த வேலையைச் செய்தாலும் எல்லாத் தொழிலாளர் களுக்கும் கடைசியில் கூலியாகக் கிடைப்பது பணம். அதுபோல் எந்த எந்த நெறியில் சென்றாலும் கடைசியில் பக்தர்களுக்குக் கிடைப்பது இறைவனுடைய அருள்தான். அந்த அருளைப் பெறுவதற்கான வழிகள் பலவாக இருப்பதனால் அவை ஒன்றோ டொன்று முரண்பட்டது ஆகுமா? அவரவர்கள் அவரவர்களுக்குப் பிடித்த பண்டங்களை உண்டாலும், உண்போர்களுக்கு முடிவில் கிடைக்கும் பயன் என்ன? பசி அடங்குகிறது. ஓர் ஊருக்குப் போகப் பல வழிகள் இருக்கின்றன என்றாலும் போய்ச்

சேருகிற இடம் ஒன்றாக இருப்பது போல, இறைவன் அருளைப் பெறுவதற்காக மார்க்கங்கள் பல இருப்பினும் முடிவில் அவை யாவும் போய்ச் சேருகின்ற இடம், முடிவாகப் பெறுகின்ற பயன், ஒன்று தான். பல வழிகள் ஓர் ஊருக்குப் போக இருப்பது அவ்வூரின் சிறப்பை அதிகப்படுத்துமே அன்றிக் குறைக்குமா? நமது சமய நெறியில் பல வழிகள் இருப்பது இதற்குச் சிறப்புத்தான். அருள் நெறியிலே சாதனம் செய்யப் புகுகின்றவர்கள் படிப்படியாக மூன்று நிலையிலும் நின்று இறைவனை வழிபட்டு அநுபவப் பேற்றை எய்துகிறார்கள்.

உருவமும் நாமமும்

ரோடிலே ஒருவன் கார் ஓட்டிப் போகிறான். நாற்சந்தியில் இருக்கிற போலீஸ்காரன் கையை நீட்டிக் காட்டுகிறான். அவன் காட்டும் குறிப்பை உணர்ந்து கார் செலுத்திப் போகிறவர்கள் பத்திரமாகப் போகிறார்கள். "வேறு ஒரு வண்டி போகிறது; சற்று நில்" என உணர்த்தக் குறிப்பாகக் கையைக் காட்டும் போது அதை உணராமல் காரை ஓட்டிக் கொண்டு ஒருவன் போனால் அந்தக் காரோடு மோதி உயிருக்கே ஆபத்தைத் தேடிக் கொள்ள நேரும். சமய நெறியிலே செல்பவர்களுக்குக் குறிப்பாக வழியை உணர்த்தும் அடையாளங்களாகக் கோயில்களும், விக்கிரகங்களும், நாமங்களும் அமைகின்றன. அவற்றை உணர்ந்து தெளிந்து சென்றால் நம் முயற்சியின் முற்றிய பயனாக அருளைப் பெற முடியும்.

நம்பிக்கை

உணவு சாப்பிட்டால் பசி தீரும் என்றால் யாராவது நம்ப மாட்டேன் என்று சொல்வார்களா? பிறந்து பிறந்து துன்புற்றுக் கடைசியில் இறக்கின்ற ஆருயிர்களின் துன்பம் இறைவனை நம்பி வழிபட்டு அவன் அருள் கிடைத்த மாத்திரத்தில் ஒழியும் என்று அநுபவம் பெற்றவர்கள் சொன்னால் அதை நம்ப மாட்டோம் என்று சொல்கிறோம். "இறைவனை

நம்புகிறோம்" எனச் சொல்பவர்களும்கூட எப்படி நம்புகிறார்கள்? "கடன் தருகிறேன்" என்று சொல்பவர்களை நம்புவது போல, "வேலை வாங்கித் தருகிறேன்" என்று சொல்பவர்களை நம்புவது போல நம்புகிறார்களே தவிர, ஒரு குழந்தை தன் தாயை நம்புவது போல நம்புவதில்லை. அடித்தாலும் "அம்மா" என்று அழுதுகொண்டு தன் தாயினிடம் ஓடுகிறது குழந்தை. அப்பா தின்பண்டம் வாங்கி வந்தாலும் அதை வாங்கிக்கொண்டு, "அம்மா" என்றுதான் ஓடுகிறது. அடிக்கும்போது, "சீ! நீ என் அம்மா அல்ல" எனச் சொல்லிவிட்டு எந்தக் குழந்தையாவது வீட்டை விட்டு ஓடுகிறதா? அப்படி ஓடினால் அந்தத் தாய் அக்குழந்தையைத் தன்னுடையது என்பாளா? குழந்தை தன் தாயை நம்புவது போலப் பக்தன் இறைவனை நம்பினால் அவன் அருள் செய்வான்.

திரௌபதியின் கதை

கொடுங்கோலன் துரியோதனன் சபையில் வீற்றிருந்தான். கௌரவர்கள் கொம்மாளமிட்டுக் கொண்டு அம்மண்டபத்தில் கூடியிருந்தார்கள். ஞானிகளும், மோனிகளும் அமர்ந்திருந்தார்கள்.

பாண்டவர்களும் இருந்தார்கள். துரோணர், கிருபாசாரியார் முதலியவர்கள் இருந்தார்கள். பாஞ்சாலியின் துகிலைத் துச்சாதனன் உரிந்தான். தன் கணவன் மார்கள் தன்னைக் காப்பாற்ற மாட்டார்களா என்று அவர்களைப் பார்த்து, "ஐயகோ!" என்று அலறினாள். அவர்களால் காப்பாற்ற முடிந்ததா? வாயடைத்துத் தலை குனிந்திருந்தார்கள். நேர்மை தவறாத ஞானிகள் ஓர் அபலைப் பெண்ணுக்கு அநீதி இழைப்பதைப் பார்த்துக்கொண்டு சும்மா இருப்பார்களா என்ற நம்பிக்கையில் அவர்கள் பக்கம் பார்த்து அலறினாள் திரௌபதி. அவர்களும் தலை குனிந்து விட்டார்கள். பெண்ணுக்கு அநீதி இழைப்பதைப் பார்த்துக் கொண்டு ஆண்கள் வாளா இருப்பார்களா என்று எண்ணி வீரமிக்க ஆண்களை எல்லாம் பார்த்தாள். அவர்கள் கோழைகளைப்

போலத் தலையைத் தொங்கவிட்டுக் கொண்டிருந்தார்கள். கடைசியிலே தன் கையே தனக்கு உதவி என்று கைகளால் ஆடையைப் பற்றிக்கொண்டாள். மேலும் துச்சாதனன் ஆடையை உரிய முற்பட்டான். அப்போதுதான் அவள்! "உன்னை விட்டால் எனக்கு வேறு கதியில்லை கண்ணா! என்னைக் காப்பாற்ற மாட்டாயா?" என்று அலறிய வண்ணம் தன் இருகைகளையும் தூக்கித் தலைமேல் வைத்துக் கொண்டு, "கோவிந்தா! கோவிந்தா!" என்று கூப்பிட ஆரம்பித்தாள். தன்னைச் சேர்ந்தவர்களும் பிறரும் காப்பாற்ற மாட்டார்களா என முதலில் எண்ணினாள். அவர்களால் பயனில்லை என்று தெரிந்தவுடன் ஆண்டவனே சரணம் என்ற முழு நம்பிக்கையுடன், தன் செயல் ஒழிந்து அலறினாள். அவளைக் கண்ணன் காப்பாற்றினான். அவளுக்கு ஏற்பட்ட முழு நம்பிக்கையைப் போல நமக்கும் இறைவனிடம் நம்பிக்கை ஏற்பட்டால் அவன் திருவருளைப் பெறலாம். அவள் தன் கையை நம்பி அதனால் ஆடையைப் பற்றிக் கொள்ளும் போதுகூட அவன் அருள் செய்யவில்லை. கையையும் விட்டுத் தலைமேல் குவித்தபோது உதவினான்.

இம்மையும் மறுமையும்

இறைவனிடத்தில் முழு நம்பிக்கை வைத்தால் இந்த உலகத் திலேயே இன்பம் உண்டாகும்; மறு உலகத்திலும் இன்பம் உண்டு என்பதில் சந்தேகமில்லை. இதைச் சொல்ல வருகிறார் அருணகிரியார். முருகப் பெருமானிடத்தில் உண்மையான நம்பிக்கை வைத்து, தம்முடைய செயல்களை எல்லாம் ஒழித்து, "கந்தா, முருகா, குமரா, குகா" என்று வெற்றிவேல் பெருமாளின் நாமம் புகல்கிறவர்கள் என்ன என்ன பயன்களை அடைவார்கள் என்று சொல்கிறார்.

முடியாப் பிறவிக் கடலில்
புகார்,முழு தும்கெடுக்கும்
மிடியால் படிவில் விதனப்
படார்,வெற்றி வேற்பெருமாள்
அடியார்க்கு நல்ல பெருமாள்

அவுணர் குலம் அடங்கப்
பொடிஆக் கியபெரு மாள்திரு
நாமம் புகல்பவரே.

பிறவி நீங்குதல்

நம்முடைய பிறப்பு, முடியாமல் தொடர்ந்து வருவது. இதற்கு ஆரம்பம் இல்லை; அந்தம் இல்லை. இறைவனை நம்புகிறவர்கள் முடிவு இல்லாத இந்தப் பிறவிக் கடலுக்குள் புக மாட்டார்களாம்.

முடியாப் பிறவிக் கடலில் புகார்.

வைய வாழ்வு

உடம்பு இறந்து போகப்போகிறது. இந்த உடம்பு போய்ப் பின்னாலே பிறவி இல்லாமல் இவ்வுயிரை அவன் ஆண்டுகொள்வது இருக்கட்டும். இறந்த பிறகு அல்லவா அந்தக் கவலை? இறக்கும் காலத்தில் வேண்டுமானால் வேறு பிறவி எடுக்காமல் இருக்க இறைவனை நினைக்கலாம். இப்பொழுது அந்த வான வாழ்வைப் பற்றிக் கவலை இல்லை. வைய வாழ்வைப் பார்ப் போம். அவன் நாமத்தை நினைத்து, வாழ்த்தி, தியானிப்பதால் உடம்பொடு வாழும் காலத்திலே ஏதாவது பயன் உண்டா? இப்படிக் கேட்பவர்கள் அதிகம். அவர்களுக்கு விடை சொல்வதற்கேற்ற வகையில் அடுத்த அடியைச் சொல்கிறார் அருணகிரியார்.

முழுதும் கெடுக்கும்
மிடியால் படியில் விதனப்படார்.

வறுமை நோய்

இன்றைக்குப் பல பல கட்சிகள் உண்டாகிக் கொண்டே இருக்கின்றன. அவர்கள் எல்லோரும் என்ன சொல்கிறார்கள்? "எங்களுக்கு வோட்டுப் போடுங்கள். வறுமை இல்லாமல் நீங்கள் எல்லோரும் வளவாழ்வு வாழ நாங்கள் வழி வகுக்கி

றோம்" என்று சொல்கிறார்கள். அதைப்போலவே அருணகிரியாரும், "அப்பா, அவன் நாமத்தைச் சொல்வதனால் இம்மையிலே என்ன பயன் என்றுதானே கேட்கிறாய்? எல்லாவற்றையும் கெடுக்கும் வறுமைக்கு ஆளாகாமல் இருக்கலாம்" என்கிறார்.

மிடி என்பது வறுமை. முழுதும் கெடுக்கும் மிடி என்கிறார். வறுமை வந்தால் போதும்; நல்லவர்கள், கெட்டவர்கள் என்று பாராமல் எல்லோரையும் கெடுத்துவிடும்; அழித்துவிடும். வறுமை யினால் கோபம், சண்டை, கொலை, களவு முதலிய எல்லாத் தீமைகளும் மலிகின்றன. அதனால் மிகக் கோபமாக,

"இன்மை எனஒரு பாவி"

என்கிறார் வள்ளுவர். வறுமை வந்துவிட்டால், நம்மிடமுள்ள எல்லாப் பண்புகளும் கெட்டுவிடும்.

"மானம் குலம்கல்வி வண்மை அறிவுடைமை
தானம் தவம்முயற்சி தாளாண்மை-தேனின்
கவிசந்த சொல்லியர்மேற் காமுறுதல் பத்தும்
பசிவந் திடப்போம் பறந்து"

என்று ஔவைப் பிராட்டி சொல்கிறாள். வறுமையால் பசி ஏற்பட, அந்தப் பசியினால் நற்குணங்கள் எல்லாம் கெட்டுப் போய்விடும்.

நோயின் கொடுமை எப்படி இருக்கிறது என்பதை நோயாளியும் உணர்கிறான். அந்த நோய் ஏற்பட்டால் என்ன என்ன கொடுமைகள் விளையும் என்பதை டாக்டரும் அறிவார். நோயாளிக்கு நோயின் கொடுமை தெரிகிறது; அதைப் போக்கும் மருந்து தெரியவில்லை. டாக்டருக்கு நோயின் கொடுமையும் தெரியும்; இன்ன மருந்து சாப்பிடுகிறவர்கள் இந்த நோய்க்கு உள்ளாக மாட்டார்கள் என்றும் அவர் சொல்வார்.

நமக்கு வறுமையின் கொடுமை தெரிகிறது. "ஐயோ! வள வாழ்வு குன்றி நான் துன்புறுகிறேனே!" என வாய் விட்டும் அலறுகிறோம். நோயுற்றவன் நோயைப் போக்கும் மருந்து உட்கொள்ளா மல், தற்கொலை செய்து கொள்வது போல, வறுமையின் கொடு மைக்கு ஆளானவன், முழுதும் கெடுக்கும் மிடியைப் போக்கும் வழி தெரியாமல் தவறான செய்கைகளைச் செய்து பின்னும் துன்புறுகிறான். அருணகிரியார் மருந்து சொல்கிறார்.

இருவகை வாழ்வு

வான வாழ்வைப் பார்த்து நின்றவர்கள் யாரும் வைய வாழ்வை மறக்கவில்லை. உடம்பொடு வாழும் வாழ்க்கையில் நோய் இல்லாமல் வாழ வேண்டுமென்பது போலவே, வறுமை இல்லாமல் வாழவேண்டுமென்றும் விரும்பினார்கள். சுந்தரமூர்த்தி நாயனார் இறைவனை நோக்கி எனக்குச் சோறு வேண்டும், நல்ல ஆடை அணிகள் வேண்டும் என்று கேட்டார்; அதோடு மாத்திரம் நிற்கவில்லை. உடம்புக்குப் பூசிக்கொள்ள கஸ்தூரி வேண்டும், புனுகு வேண்டும் எனக் கேட்கிறார்.

"கத்தூரி கமழ்சாந்தம் புழுகினொடு வேண்டும்
கடல் நாகைக் காரோணம் மேவியிருந் தீரே."

அவர் வான வாழ்வை நினைந்து வைய வாழ்வை மறந்தவரா? வைய வாழ்வு வாழத் தெரியாதவரா? இறைவனைப் பார்த்துப் பொன்னையும் பொருளையும் போகத்தையும் புகழையும் கேட்கிறார். இம்மைக்கு மாத்திரமன்றி மறுமைக்கும் மோட்சத்தை வேண்டுகிறார்.

இறைவனை நம்பினால் இந்த உலகத்திலும் வாழலாம், மறுமை வாழ்வும் ஒருங்கே கிடைக்கும் என்று அவர் சொல்கிறார்.

"இம்மை யேதரும் சோறும் கூறையும்;
ஏத்த லாம்;இடர் கெடலுமாம்;

அம்மை யேசிவ லோகம் ஆள்வதற்
கியாதும் ஐயுற வில்லையே."

ஞானப் பாலைக் குடித்த குழந்தையாகிய சம்பந்தர்,

"மண்ணில் நல்ல வண்ணம் வாழலாம் வைகலும்"

என்கிறார். இந்த மண்ணிலேயும் நல்லவண்ணம் வாழலாம்; ஒவ்வொரு நாளும் சுகமாக வாழலாமாம். இறைவனை நம்புகிறவர்கள் இந்த உலகத்தில் அப்படி வாழலாம். இறைவனை நம்பாதவர்கள் முடியாத பிறவிக் கடலுக்குள் ஆழ்கிறார்கள்; முழுதும் கெடுக்கும் மிடியால் விசனப்படுகிறார்கள்.

வறுமையின் கொடுமை

மிடியின் இயல்பு கொடியது. எல்லா இன்ப நலங்களையும், வள வாழ்வையும் குலைக்கின்ற பாவி அல்லவா அது?

"வடிவும் தனமும் மனமும் குணமும்
குடியும் குலமும் குடிபோ கியவா!
அடிஅந்தம்இலா அயில்வேல் அரசே!
மிடிஎன் றுஒருபா விவெளிப் படினே"

என்று அருணகிரியார் அநுபூதியில் சொல்கிறார். "இன்மை என ஒரு பாவி" என்று கூறிய வள்ளுவரைப் போலவே அவருக்கும் கோபம் கொப்புளிக்கிறது; 'மிடி என்று ஒரு பாவி" என்று சொல்கிறார்.

உய்யும் வழி

அந்தப் பாவியின் கையில் அகப்பட்டு விசனம் அடையாமல் இருக்க வேண்டுமானால் என்ன செய்ய வேண்டும்? இறைவனை நம்பவேண்டும். அவனை நம்பி வழிபடுபவர்கள் யாரும் மிடியால் விசனப்பட மாட்டார்கள். இறைவனை நம்பினால் நற்குணங்கள் தாமே வந்து சேரும். யாரைக் கண்டாலும் கோபித்து அருவருக் கின்ற நிலை மாறி

அன்போடு நெருங்கிப் பழகும் சுமுகமான குணம் உண்டாகும். உலகத்திலுள்ள மக்கள் எல்லாரிடத்திலும் அன்பு பாலிக்க வேண்டுமானால், ஆருயிர்களுக்கு மூலகாரணமாக இருக்கும் ஆண்டவனிடத்தில் அன்பு பாலிக்க வேண்டும். அவனிடத்தில் அன்பு பாலித்தால் எல்லோரிடமும் அன்புடன் நடந்துகொள்ளும் நற்பண்புகள் உண்டாகிவிடும். ஆண்டவனிடத்தில் தாயிடம் வைப்பது போல அன்பு செய்து நம்பிக்கை கொள்ள வேண்டு மானால் ஆண்டவனுக்கு நாம் குழந்தை என்ற பாவம் வரவேண்டும். குழந்தைப் பண்புகள் வளரக் குழந்தைக் கடவுளைத்தானே வணங்க வேண்டும்? குழந்தைக் கடவுளை வணங்குபவருக்கு உண்டாகும் பயன்கள் இந்த இரண்டும்.

முடியாப் பிறவிக் கடலில்
புகார்; முழுதும் கெடுக்கும்
மிடியால் படியில் விதனப்படார்.

"குழந்தைக் கடவுளை நம்புகிறவர்கள் இந்தப் பிரபஞ்சத்திற்கு வசப்பட மாட்டார்கள். முடிவில்லாத பிறவிக் கடலுக்குள் புகமாட்டார்கள். அவர்களுக்குப் பிறவி இல்லாத முக்தி கிடைக்கும். அது கிடக்கட்டும். மண்ணிலும் அவர்கள் நன்றாக வாழலாம். அவனை நம்புகிறவர்கள் மானம், குலம், கல்வி முதலிய எல்லாவற்றையும் கெடுக்கின்ற வறுமையில் சிக்கி விசனப்பட மாட்டார்கள்" என்று பேசுகிறார் அருணகிரியார். 'முருகன் திருநாமம் புகல்கின்றவர்கள் பிறவிக் கடலில் புகார், மிடியால் விதனப்படார்' என்றால் என்ன பொருள்? 'இன்ப துன்ப மில்லாத முக்தி நிலை அடைவார்கள்; உடம்போடு வையத்தில் வாழும்போது வளவாழ்வு நிரம்பப் பெற்று ஒவ்வொரு நாளும் சுகமாகவே இருப்பார்கள்' என்பதுதானே? எந்தக் காரியத்தைச் செய்யச் சொன்னாலும் பயன் என்ன என்று கேட்கிற காலம் இது. ஆகவே முடிவாகக் கிடைக்கும் பயனை முன்னாலே சொல்கிறார்.

முடியாப் பிறவிக் கடலில்
புகார்; முழுதும் கெடுக்கும்

மிடியால் படியில் விதனப்
படார்.

திருநாமம் புகல்பவர்

யார் முடியாப் பிறவிக் கடலில் புகமாட்டார்கள்? யார் முழுதும் கெடுக்கும் மிடியால் விதனப்பட மாட்டார்கள்?

அடியார்க்கு நல்ல பெருமாள் திருநாமம் புகல்பவரே!

"சரி சரி, அவன் நாமத்தைப் புகல்பவர் பிறவித் துன்பத்திற்கு உள்ளாக மாட்டார்கள். தரித்திரத்திற்கு ஆளாக மாட்டார்கள் என்று சொல்கிறீரே. அதற்கு ஏதாவது அடையாளம் இருக்கிறதா?" என்று கேட்டால் அருணகிரியார் சொல்கிறார்.

முருகன் பெருமை

வெற்றி வேல்பெருமாள்
அடியார்க்கு நல்ல பெருமாள்
அவுணர் குலம் அடங்கப்
பொடியாக்கிய பெருமாள்.

அவன் ஞானமாகிய வேலையே தன் ஆயுதமாக உடையவன். அது தோல்வியே கண்டு அறியாத வேல். எப்போதும் வெற்றியை உடைய வேல். அந்த வெற்றி வேலைத் தன் திருக்கரத்தில் உடைய பெருமாள் அவன்.

வறுமையால் அல்லலுறுகின்றவர்களிடம் ஒரு புலவர் சொன்னார்; "அப்பா! நீ ஏன் இங்கே அல்லற்படுகிறாய்? பக்கத்து ஊரில் ஒரு வள்ளல் இருக்கிறான். அவன் வீட்டுக்கு எதிரில் காடு கழனிகள் நிறைய இருக்கின்றன. அவன் வீட்டு வாசலில் நெல் கோட்டை இருக்கிறது. வீட்டுக்குள் மூட்டைக் கணக்கில் அரிசி குத்தி வைக்கப்பட்டிருக்கிறது. மடைப்பள்ளிக்குள் போனால் எப்போதும் சோறு இருந்துகொண்டே இருக்கும். இப்பொழுது போனால் மடைப்பள்ளிக்குள் இருக்கும் சோறு கிடைக்கும். மாலையில்

போனால் சோறு இராதோ எனக் கவலை வேண்டாம். பானையில் இருக்கும் அரிசியை எடுத்து உணவு சமைத்து வைத்திருப்பான். பத்து நாள் கழித்துப் போனால் பானையில் அரிசி காலியாகி யிருக்குமே என அஞ்சாதே. வீதியில் போட்டிருக்கும் சேரிலிருந்து நெல் எடுத்துக் குத்தி அரிசியாக்கிச் சாதம் படைப்பான். இரண்டு மூன்று மாதம் கழித்துப் போனால் சேர் நெல்லும் காலியாகிப் போயிருக்கலாமே எனக் கவலைப்படாதே. அவன் வீட்டுக்கு எதிரே இருக்கும் நிலம் அவனுடையதுதானே? அந்த நிலத்தில் விளைந்த புது நெல் வந்துவிடும். அப்போதும் இல்லையென்னாது உனக்கு உணவு படைப்பான். எப்போது வேண்டுமானாலும் போ அப்பா!" என்றார். அதுபோல அருணகிரியார் இங்கே சொல்கிறார்.

வெற்றிவேற் பெருமாள்

"இறைவன் வெற்றிவேல் பெருமாளாக இருக்கிறான். அஞ்ஞானத்தைப் போக்கும் ஞானவேலைத் திருக்கரத்தில் தாங்கிப் பக்தர்கள் வரமாட்டார்களா என்று பார்த்துக் கொண்டிருக்கிறான். அவனிடம் நீ போ அப்பா! அவன் இந்தப் பிறவியில் உனக்கு மிகுந்த அல்லல் விளைவிக்கிற தரித்திரத்தை உடனே போக்குவான். அது மாத்திரம் அல்ல. என்றென்றைக்கும் இன்பம் கொடுக்கிற முத்தியையும் வழங்குவான்" என்று தெரிவிக்கிறார். அவனை அடையாளம் கண்டு கொள்ள முடியாதோ எனக் கலங்க வேண்டாம். அவன் வெற்றிவேல் பெருமாள். ஞான சக்தியை வேலாக ஏந்தி இருக்கிற அவன் திருவுருவத்தைப் பார்த்தே அவனை அடையாளம் கண்டு கொள்ளலாம்."

அடியார்க்கு நல்ல பெருமாள்

"சரி, நீங்கள் சொல்கிறதைப் பார்த்தால் அவன் மிகப் பெரிய வனாக இருப்பானென்று தோன்றுகிறதே. அவனை அடையாளம் கண்டு கொண்டு நான் போனால் அவன் எனக்கு உதவி செய் வானா? எளிதிலே அவனைப் பார்க்க முடியுமா?"

என்று சந்தேகப் பிராணி கேட்கிறான். அருணகிரியார் என்ன சொல்கிறார்?

அடியார்க்கு நல்ல பெருமாள்.

அவனைக் காண முடியுமோ என்று அஞ்ச வேண்டாம். அவன் மிகவும் நல்லவன். அடியார்களுக்கு, தன்னை அண்டியவர்களுக்கு, மிகவும் நல்லவன்; அடியார்க்கு நல்ல பெருமாள், அடியார்களைக் காப்பாற்றுவது ஒன்றையே தன் வேலையாகக் கொண்டு வெற்றிவேலைத் தாங்கி நிற்கிறான். செருக்கை ஒழித்து, தலையைத் தாழ்த்தி, அகங்கார மமகாரம் குறைந்து, அவன் திருவடியில் தொழுது அழுது நின்றால் அவர்களுக்கு அவன் மிகவும் நல்ல பெருமாளாக இருப்பான்.

அவுணரை அழித்தவன்

அகங்கார மமகாரத்தால் தலை தருக்கி நின்று, தம்மைவிட உயர்ந்தவர்கள் இல்லை என்று எண்ணி இறுமாந்து, நல்லவர் களுக்குத் துன்பம் இழைக்கிறவர்களுக்கு அவன் பொல்லாத வனாக இருப்பான். இதை விளக்க ஒரு நிகழ்ச்சியைச் சொன்னால் போதும். சூரபன்மன் முதலிய அசுரர்கள் தம்மைவிட உயர்ந்தவர்கள் இல்லை என்ற செருக்கால் தங்கள் தங்கள் தொழிலை இறைவன் ஆணைவழி நின்று நடத்தி வந்த தேவர்களுக்குச் சொல்லொணாத துன்பங்களை இழைத்தார்கள்.ஓர் அசுரனா? இரண்டு அசுரரா? பெரிய அசுரக்கூட்டம். அக்கூட்டத்தை எம்பெருமான் என்ன செய்தான் தெரியுமா?

அவுணர் குலம் அடங்கப்
பொடிஆக்கிய பெருமாள்.

அவுணர் - அசுரர்கள். அவர்களுடைய குலமே அடங்க அழிந்து போகும்படியாக அவர்களை எல்லாம் பொடி பொடியாகச் சிதைத்த பெருமாள் அவன். அவுணர், உலகத்திற்குத் துன்பத்தைத் தருகின்ற இருட்படைக் கூட்டம். ஞானச் சுடரொளி வீசும் வேலையுடைய பெருமாளிடம் அவர்கள்

ஆற்றல் சாயுமா? மாயையின் பிள்ளையாகிய சூரன் ஞானவேல் பட்ட மாத்திரத் தில் அழியாமல் எப்படி இருக்க முடியும்? அவன் கூட்டத்தைச் சேர்ந்த ஒரு பயலையும் முருகன் விட்டு வைக்கவில்லை; முழுமையும் அழித்துவிட்டான். அவனைத் துணை என்று நாம் நம்பிவிட்டால் உலக மாயையின் வயப்பட்டுத் துன்பப்பட வேண்டாம். முடிவில்லாப் பிறப்பை இனிப் பெற வேண்டாத நிலையை அடையலாம்.

முடிவில்லாப் பிறப்பை ஒழித்து, வைய வாழ்வில் எல்லா விதமான வளத்தையும் அளிக்கின்ற பெருமாளுக்கு மூன்று அடையாளங்களைச் சொன்னார். அவன் வெற்றி வேலை உடைய பெருமாள்; அடியார்க்கு நல்ல பெருமாள்; அவுணர் குலம் அடங்கப் பொடியாக்கிய பெருமாள் என்றார். முருகன் இயல்பாக இருக்கும் நிலை வெற்றி வேலை உடையவனாக இருப்பது. அவன் சிஷ்ட பரிபாலனம் செய்கின்ற நிலை அடியார்க்கு நல்ல பெருமாளாக இருப்பது. அவன் துஷ்ட நிக்கிரகம் பண்ணுகிற நிலை அவுணர் குலம் அடங்கப் பொடியாக்கிய பெருமாளாக இருப்பது.

இறைவன் தன்னுடைய இயல்பான நிலையில் இருந்தபடியே நல்லவர்களுக்கு அருள் செய்கிறான்; அல்லாதவர்களுக்குத் தீங்கு செய்கிறான். அசுரர்களுக்குத் துன்பத்தை விளைவித்து, அடியார் களுக்கு இன்பத்தை அளிக்கிறான். வெற்றிவேல் பெருமாளின் திருக்கோலத்தைப் பார்க்கும் போதே அவனுடைய கருணை புலனாகிறது; வீரம் தெரிகிறது. அடியார்களுக்கு இன்பத்தை அளிக்கவும் அல்லாதார்களுக்குத் துன்பத்தை விளைவிக்கவும் காரணமாக இருப்பவை அவனது கருணையும் வீரமும். வீரச் செயலாலே துன்பத்தை ஒழித்துக் கருணைச் செயலாலே இன்பத்தை ஆக்குபவன் அவன்.

மனிதர்கள் எல்லோரும் துன்பம் நீங்கி இன்பம் அடைய வேண்டுமென்று நினைக்கிறார்கள். நோய் நீங்கி, நலம் பெற வேண்டுமென்றால் நோயை நீக்க மருந்து கொடுக்கின்ற டாக்டரே, உடல் நலம் பெருக 'டானிக்' கொடுக்கிறார். அதைப்

போல் முருகன் தன்னுடைய வீரத்தால் துன்பத்தை நீக்கி, கருணையால் அடியார்களுக்கு இன்பத்தை அளிக்கிறான். இன்பத்தை ஆக்கு வதற்கும், துன்பத்தைப் போக்குவதற்கும் அவன் வெவ் வேறு ஆயுதம் வைத்திருக்கவில்லை. துன்பத்தை நீக்குகின்ற ஞான சக்தியாகிய வேலே இன்பத்தையும் ஆக்குகின்றது. அந்த வேலைக் கையில் தாங்கியிருக்கிற வெற்றிவேற் பெருமாள் அவன்.

நாமம் புகலும் முறை

திருநாமம் புகல்பவர் இந்த இருவகைப் பயனைப் பெறுவார்கள். அவனுக்கு ஒரு நாமந்தான் இருக்கிறதா? பக்தர்கள் தங்கள் தங்களுக்குப் பிடித்தபடியே அழைக்கட்டும் என்று ஆயிரத்துக்கு மேற்பட்ட நாமம் உடையவனாக இருக்கிறான். மூன்றெழுத்து நாமம் வேண்டுமானாலும் இருக்கிறது; ஆறெழுத்து வேண்டுமானாலும் இருக்கிறது. அவன் நாமங்களில் எதை வேண்டுமானாலும் புகன்றால் போதும். அவன் தன்னுடைய அடியார்களுக்கு வீரச் செயலினால் துன்பத்தை நீக்கி, கருணைச் செயலினால் இன்பத்தை அளிப்பான்.

"நான் எத்தனையோ தரம் முருகா முருகா என்று கத்துகிறேன். அவன் அருள் செய்யவில்லையே!" என்று சொல்வோர் நம்மிடையே இருக்கிறார்கள். உள்ளம் கலந்து, கருத்து ஒன்றி உணர்ச்சியோடு சொன்னால் அவன் வருவான். நாடக மேடை யில் நிற்கின்ற ஒருவன்,"அம்மா" என்று அழைத்தால் உண்மை யான அம்மாவா மேடைக்கு வருவாள்? வெறும் வாயால் உலகமாகிய நாடக மேடையில் ஏறியுள்ள நடிகனைப் போல, 'முருகா முருகா!" என்று அழைத்தால் அவன் வரமாட்டான். உள்ளத்தோடு கலந்து அழைக்க வேண்டும். வாயிலிருந்து வருகிற சொல் நாவோடு மாத்திரம் நிற்காமல் உள்ளத்தோடும் உணர்ச்சி யோடும் கலந்து வரவேண்டும்.

வாயிலிருந்து வரும் சொல் உள்ளத்தில் பொங்கியெழும் உணர்ச்சியின் அறிகுறியாக வந்தால் அதற்குப் பயனுண்டு. பல

காலமாகக் காணாமல் இருந்த குழந்தையைக் கண்டவுடன் தாய் எப்படி அழைக்கிறாள், அப்படி முருகனை அழைக்க வேண்டும்; அவன் திருநாமத்தைப் புகல வேண்டும். அதற்கு நிச்சயமாகப் பயன் உண்டு. மறுமையின்பமாகிய பிறவாதபேறும், இம்மை யின்பமாகிய வறுமையில்லா வளவாழ்வும் கிடைக்கும்.

முடியாப் பிறவிக் கடலில்
புகார்;முழு தும்கெடுக்கும்
மிடியால் படியில் விதனப்
படார்;வெற்றி வேற்பெருமாள்,
அடியார்க்கு நல்ல பெருமாள்,
அவுணர் குலம் அடங்கப்
பொடிஆக் கியபெரு மாள் திரு
நாமம் புகல்பவரே!

[வெற்றியைத் தரும் வேலைக் கரத்தில் தாங்கும் பெருமாளும், தன்னைப் பணியும் அடியவர்களுக்கு நன்மையைச் செய்யும் நல்ல பெருமாளும், அசுரர் குலம் முற்றும் அழித்துப் பொடி ஆக்கிய பெருமாளுமாகிய முருகனுடைய திருநாமத்தை விரும்பிச் சொல்கிறவர்கள், என்றும் முடியாமல் தொடர்ந்து வரும் பிறவியாகிய கடலிலே விழமாட்டார்கள். ஒருவரிடம் உள்ள எல்லாவற்றையும் அழியச் செய்யும் வறுமையினால் உலகத்தில் துயரம் அடைய மாட்டார்கள்.

மிடி - வறுமை. படி உலகம். விதனம் - துயரம். அவுணர் - அசுரர். அடங்க - முழுதும். புகலுதல் - விரும்புதல், சொல்லுதல்; இங்கே, விரும்பிச் சொல்லுதல்.

மறுமை வாழ்வும் இம்மை வாழ்வும் பெறுவர் என்பது கருத்து.]

ஞான கலையும் மையல் வலையும்

1

மனிதனுடைய வாழ்நாளில் இன்பம் துன்பம் ஆகிய இரண்டும் மாறி மாறி வருகின்றன. தங்களுக்கே ஆண்டவன் மிகுதியான துன்பங்களை தருகிறான் என்றும், மற்றவர்களுக்கு இத்தகைய துன்பங்கள் உண்டாவது இல்லை என்றும் பலர் நினைக்கிறார்கள். இறைவனுக்கு அப்படிப் பட்சபாதம் இல்லை. அவரவர்கள் செய்த கன்மத்திற்கு ஏற்றபடியே இன்ப துன்பங்களை அவன் கொடுக்கிறானேயன்றி, அவர்கள் அநுபவிக்க வேண்டாதவற்றைக் கொடுக்கவில்லை. சிலர் அதிகமான துன்பங்களை அநுபவிக்கிற வரைப் போல வேதனைப்படுவார்கள்; ஆராய்ந்து பார்த்தால் அது மிகவும் சிறிய துன்பமாக இருக்கும். சன்னி பிறந்தவன் அதைப் பற்றிக் கவலைப்படாமல் இருக்க, ஜலதோஷம் பிடித்தவன் படுகிற வேதனை மிக அதிகமென்று தோன்றும்.

துன்பத்தின் அளவு

பெரும்பாலும் செல்வம் நிரம்பியவர்கள் சிறிய துன்பம் வந்தாலும் பெரிதாகக் கத்துகிறார்கள். ஒரு வேளை காபி சரியான நேரத்தில் கிடைக்காவிட்டால் அவர்கள் அலறுகின்ற அலறல் மிகுதியாக இருக்கும். பத்து நாளாக உண்ண ஒன்றும் கிடைக்கா மல் பசியால் துவண்டும் "நான் துன்பப்படுகிறேனே!" என்று அரற்றாதவனும் இருக்கிறான். இந்த இரண்டு வகையான மக்க ளுக்கும் பொதுவானவை உடம்பு, மனம் ஆகியவை. ஆனால் ஒரு வகையினர் சிறிய துன்பத்தையும் பெரிதுபடுத்தி வேதனைப் படுவதற்கும்,

மற்றவர்கள் பெரிய துன்பங்களையும் சிறிய துன்பமாகக்கூடப் பாராமல் இருப்பதற்கும் காரணமாக இருப்பது அவர் மனந்தான். துன்பமானாலும் சரி, இன்பமானாலும் சரி நாம் நுகர்கின்ற பொருளில் இல்லை. நுகர்ந்து, அதை உணர்கின்ற மனத்தில் இருக்கிறது. எதைத் துன்பம் என்று நினைக்கிறோமோ அது வருமே என்று, வருவதற்கு முன்னாலும் மனம் துன்பப்படுகிறது. வந்து அநுபவித்த பிறகும், "ஐயோ வந்ததே!" என்று துன்பப்படுகிறது. ஆகவே துன்பத்தினால் உண்மையில் வேதனைப்படுகிற காலம் ஒன்று என்றால், துன்பம் வராததற்கு முன்பே துன்பம் வருமே என எண்ணி வேதனைப்படுகிற காலம் ஒன்றும், வந்த பிற்பாடு வந்ததே என்று வேதனைப்படுகிற காலம் ஒன்றுமாகக் கோழைகளுக்கு வளர்கிறது. "துன்பம் எப்படியும் வரத்தான் வரும். இந்த உலகத்தில் பிறந்துவிட்டமையால் அத்துன்பங்களுக்கு எப்போதும் ஆயத்தமாக இருப்போம்" என்று யார் இருப்பார்கள்?

விதியும் மதியும்

"ஊழையும் உப்பக்கம் காண்பர் உலைவின்றித்
தாழ துஞற்று பவர்"

என்று வள்ளுவர் சொன்னார்.

பலர் விதி பெரிதா,மதி பெரிதா என்று சந்தேகப்படுகிறார்கள். "விதியை மாற்ற யாராலும் முடியாது" என்ற ஒரு சாரார் சொல்ல, மற்றொரு சாரார், "இல்லை; விதியை மதியால் வென்றுவிடலாம்" என்று சொல்கிறார்கள். இந்த இரண்டில் எது உண்மை?

விதியை மதி வெல்லுமே யன்றிக் கொல்லாது. விதியைக் கொல்வது வேறு; வெல்வது வேறு. கொல்வதாவது அடியோடு அழித்துவிடுவது. விதியை அடியோடு அழித்து ஒதுக்க யாராலும் முடியாது.விதி என்பது பிராரப்தம். பிராரப்தத்தை யாராலும் கொல்ல முடியாது; ஆனால் தெளிந்த அறிவு இருந்தால் வென்று விடலாம்.

வினையும் விளைவும்

நாம் செய்கிற பாவ புண்ணியம் வேறு; அநுபவிக்கின்ற இன்ப துன்பம் வேறு. இப்பொழுது நுகரும் அநுபவம் முந்திய பிறவி யில் நாம் செய்த வினையின் பயன். இப்பொழுது செய்கின்ற பாவ புண்ணியச் செயல்கள் அடுத்த பிறவியின் அநுபவங்களுக்கு வித்தாகின்றன.

முன்னை வினைகள் காரணமாக அநுபவிக்கின்ற போகங்கள் இன்பமாகவும், துன்பமாகவும் அமைகின்றன. முன்னை வினை இல்லாமல் பிறவி வராது. இந்தப் பிறவி வந்த பிறகு முன்னை வினைகள் அநுபவமாக இப்பிறவியில் முளைக்காமல் இரா. அவை கப்பும் கிளையுமாகப் படர்ந்து தழைக்காமல் இருக்கச் செய்யலாமேயொழிய முளைக்காமல் இருக்கச் செய்ய முடியாது. மதி இருக்குமானால், முளைக்கின்ற முன்னை வினைகளின் வேகத்தைக் குறைத்துவிடலாம்.

எவ்வளவுதான் மதி உடையவன் ஆனாலும் வீசுகின்ற ஊதல் காற்றையும், பனியையும் அழிக்க முடியாது. ஆனால் கம்பளி உடை அணிந்து கொண்டு அவற்றின் கடுமையைக் குறைத்துக் கொள்ளலாம்.

இதைத்தான் வள்ளுவர் சொல்கிறார். உப்பக்கம் என்பது பின் பக்கம். முன் பிறவியில் செய்த கன்மங்களுக்கு ஏற்ப அமைந்த விதியை அநுபவித்து, அதனால் பெருந்துன்பம் அடையாமல் அதனை முதுகு காட்டச் செய்து வெல்பவர்கள் மனத்திண்மை உடையவர் கள். அவர்களுக்கும் ஊழின் வழியேதான் வாழ்க்கை இருக்கும்; இன்ப துன்ப விளைவுகள் உண்டாகும். ஆனால் அவர்களுக்கு அவை அதிகமாக உறைப்பதில்லை. கம்பளிச் சட்டை போட்டுக் கொள்கிற மாதிரி அவர்கள் இறைவன் திருவருளைப் பக்க பலமாகப் பிடித்திருக்கிறார்கள். அந்தத் திருவருட் பலம் மதியினால் கிடைக்கும். மதி படைத்தவன் தனக்கு வரும் துன்பங்களை மிகச் சுருங்கிய அளவில் காண்கிறான்.

புலி கொல்வதைவிடக் கிலி கொல்வது மிகுதி என்று சொல் வார்கள். புலி கொல்வதற்கும் அஞ்சாமல் இருப்பவர்கள் வீரர்கள். "புலி கொன்றுவிடுமே! கொன்றுவிடுமே!" என்று கிலியினால் செத்துக் கொண்டிருப்பவர்கள் கோழைகள். சிறிய கல்லும் கோழைக்குப் பெரிய மலை போல இருக்கும். பெரிய மலைகளும் வீரர்களுக்குச் சிறிய கற்களாகத் தோற்றும்.

மதியின் ஆற்றல்

நல்ல பருமனாக இருக்கும் ஒருவனிடம் நூறு பவுண்டு கல்லைத் தூக்கிப் போ என்று சொன்னால், 'ஐயோ! இதை எப்படி நகர்த்துவது" எனப் பயப்படுவான். மதி உடையவனாக இருந்தால், அக்கல்லைப் புரட்டக்கூட வலிமை இல்லா விட்டாலும், நான்கு பேர்களை அழைத்து வந்து கல்லைக் கொண்டு போய்ச் சேர்த்து விடுவான். தானே தூக்குபவனும், பிறரை விட்டுத் தூக்கச் செய்பவனும் ஒரே ஒரு காரியத்தைச் செய்கிறார்கள்; ஏவல் செய்கிறார்கள். ஒருவன் உடலை ஏவுகிறான்; மற்றவன் மதியை ஏவுகிறான். ஒரு பெரிய பாலத்தை ஓர் என்ஜினியர் கட்டினார் என்று சொல்கிறோம். விஷயம் தெரியாதவன், "அவரா கட்டினார்? கொத்தர்கள் அல்லவா கட்டினார்கள்?" என்று நினைப்பான். என்ஜினியர் கட்டினார் என்பதும் உண்மை; கொத்தர்கள் கட்டினார்கள் என்பதும் உண்மை. என்ஜினியர் மதி நுட்பத்தால் ஏவியபடி கொத்தர்கள் நம் உழைப்பால் கட்டினார்கள். இப்படிப் பல கொத்தர்கள் கட்டினாலும் ஒருவன் கட்டினதாகச் சொல்கிறோம். ஒருவன் ஆணைக்குப் பலர் அடங்கி வேலை செய்தார்கள்; அதனால் அப்படிச் சொல்கிறோம்.

அதைப் போலவே உடம்பில் பல உறுப்புக்கள் இருக்கின்றன. நடப்பது கால்; வேலை செய்வது கை; சரி தப்புப் பார்ப்பது கண். இப்படிப் பல உறுப்புக்களும் ஒரு வேலையைச் செய்யும்போது செயல்படுகின்றன. ஆனால் உடம்பிலுள்ள எல்லா உறுப்புக்களையும் இயக்குகின்ற கருவியாக மதி உள்ளது. பல கொத்தர்களிடம் வேலை வாங்குபவராக என்ஜினியர் இருப்பது போல உடம்பிலுள்ள பல

உறுப்புக்களிடமும் வேலை வாங்குபவனாக மதி இருக்கிறது.பல கொத்தர்கள் ஒரு பாலத்தைக் கட்டினாலும், பல கொத்தர்களையும் இயக்கிய என்ஜினியர் பாலம் கட்டினார் என்று சொல்வது போல, ஒரு காரியத்தைச் செய்வது உடம்பிலுள்ள பல உறுப்புக்கள் என்றாலும், அந்த உறுப்புக்களை இயக்கிய மதியே அக்காரியத்தைச் செய்வதாகச் சொல்வர்.உடம்பின் பலத்தைச் செயற்படுத்துவது அறிவு. நுட்பமாக இருக்கும் ஒன்று செயல் படும்போது பெரிய காரியத்தைச் செய்துவிடுகிறது. "இதை எப்படி அப்பா செய்தான்!" என்று பலரும் மதிக்கக் கூடிய காரியத்தைச் செய்துவிடுவது அறிவு, ஞானம். ஞானம் இல்லாதவர்கள் ஒரு சிறு காரியத்தைச் செய்வதற்குக்கூட நடுங்குகிறார்கள்.

ஞானமும் அருளும்

ஞானம் எப்படி வருகின்றது? இறைவன் திருவருளால் வருகின்றது. இறைவன் திருவருளால் ஞானம் பெறாதவர்களுக்கு உலகிலுள்ள ஒவ்வொரு பொருளும் எமனாக இருக்கிறது. இறைவன் திருவருட் பலத்தைத் துணையாகக் கொண்டு எதிர்த்து நிற்கும் ஆற்றல் இல்லாதவன், மதி இல்லாதவன், எதைக் கண் டாலும் நடுங்குகிறான்; அஞ்சி அஞ்சிச் சாகிறான். எல்லாவற்றை யும் கிலிபிடித்த தன் மனத்தால் தீங்காகக் கற்பனை செய்து பார்த்துப் பயப்படுகிறான்.

வீண் அச்சம்

எங்கள் ஆசிரியர் ஒரு கதை சொல்வதுண்டு. ஒரு திண்ணைப் பள்ளிக்கூட வாத்தியார் தம் வீட்டுத் திண்ணையில் பத்துப் பிள்ளைகளுக்குப் பாடம் சொல்லிக் கொடுத்துக் கொண்டிருந்தார். அப்போது அவ்வூர்க் கோயில் யானை அவ்வழியே வந்தது. அவர் வீட்டு வாசலுக்கு எதிரே போகும்போது ஒரு மரத்திலிருந்து தேங்காய் தொப்பென்று கீழே விழுந்தது. அந்தத் தேங்காயின் மேல் யானை தன்

காலைத் தூக்கி வைத்தது. அவ்வளவுதான்; தேங்காய் அப்படியே மட்டையோடு நசுங்கிப் போய் விட்டது. அதைப் பார்த்த திண்ணைப் பள்ளிக்கூட ஆசிரியர் விம்மி விம்மி அழுதார். "ஏன் ஐயா இப்படி அழுகிறீர்கள்?" என்று ஒரு மாணவன் கேட்டான். "இந்த யானையின் காலில் என் தலை அகப்பட்டுக் கொண்டிருந்தால் இப்படித்தானே சட்டினி ஆகப் போயிருக்கும்?" என்று சொல்லி விட்டு மேலும் அழுதாராம். அவரோ திண்ணையின்மேல் இருந்தார். யானையோ வீதி வழியே போயிற்று. அவர் தலை யானையின் காலில் எப்படி அகப்படும்? ஆனாலும் யானையின் காலில் தம் தலை அகப் பட்டுக்கொண்டால் என்ன ஆகும் என்பதை அவர் மனத்திலே கற்பனை செய்துகொண்டு, இருக்கிற தொல்லை போதாது என்று விலை கொடுத்து வாங்கின மாதிரி அழுதார்.

அவரைப் போலவே நெஞ்சில் பலமில்லாத கோழைகள் பலர் இருக்கிறார்கள். இல்லாத ஒன்றை இருப்பது போலக் கற்பனை செய்துகொண்டு இவர்கள் சாகிறார்கள். நல்லவர்களைப் பொல்லாதவர்கள் என்று எண்ணி அவர்களோடு பழகுவது இல்லை. உலகில் ஒருவன் எப்படி நினைக்கிறானோ அப்படி விளைகிறது. 'யத் பாவம் தத்பவதி" என்று வடமொழியில் ஒரு வாக்கியம் உண்டு.

கண்ணாடியால் வந்த சண்டை

சீனா தேசத்தில் ஒருவனுக்கு ஓர் அருமையான கண்ணாடி கிடைத்தது. அத்தேசத்தில் அப்போது கண்ணாடி என்பதே இல்லாத காலம். அவன் அதைப் பார்த்தான். அவன் முகம் தெரிந்தது. தன்னுடைய முகந்தான் அதில் தெரிகிறது என்பது அவனுக்குத் தெரியவில்லை. "இதற்குள் ஒரு மனிதன் இருக் கிறானே; இவன்தான் தேவன் போலும்" என்று எண்ணி அந்தக் கண்ணாடியை மிகவும் பத்திரமாகத் தன் பெட்டிக்குள் வைத்துப் பூட்டிக்கொண்டான். தினந்தோறும் காலையில் எழுந்திருப்பது, மெள்ள அவ்வறைக்குள் தன் மனைவிக்கும் தெரியாமல் நுழைந்து பெட்டியைத் திறந்து கண்ணாடியைப் பார்ப்பது, மனைவி வந்துவிட்டால் பெட்டியை மூடிக்

கொண்டு வந்துவிடுவது இப்படிச் செய்து கொண்டிருந்தான். அவனுடைய செய்கையைக் கண்டு அவன் மனைவிக்கு ஐயம் உண்டாயிற்று. தன் கணவன் பெட்டியில் எதை ஒளித்து வைத்திருக்கிறான், எதற்காக இப்படி ஒளிந்து ஒளிந்து அறைக்குள் போகிறான் என்று அறிய வேண்டு மென்ற அவா அவளுக்கு உண்டாயிற்று.

ஒரு நாள் அவன் வீட்டில் இல்லாதபோது அவ்வறைக்குள் நுழைந்து பெட்டிக்கு மறு சாவி போட்டுத் திறந்து பார்த்தாள். அதற்குள் பளபள வென்று கண்ணாடி இருந்தது. அது கண்ணாடி என்று அவளுக்கும் தெரியவில்லை. சட்டெனக் குனிந்து பார்த்தாள். அவள் முகம் அதில் தெரிந்து. அவளுக்கு அது தன்னுடைய முகம் என்று உணரக்கூடிய அறிவும் இல்லை. 'நம் கணவன் யாரோ ஒரு பெண்ணை அல்லவா இங்கே நமக்குத் தெரியாமல் ஒளித்து வைத்திருக்கிறான்?' என்று எண்ணினாள். அவனிடம் அவளுக்கு எல்லையில்லாக் கோபம் வந்துவிட்டது. "ஒன்று என் சக்களத்தி இந்த வீட்டில் இருக்க வேண்டும்; அல்லது நான் இருக்க வேண்டும். இரண்டில் ஒன்று முடிவு செய்து விடுகிறேன்" என்று மிக்க ஆங்காரத்தோடு தன் கணவன் வந்ததும் வராததுமாகச் சண்டைக்குப் போய் விட்டாள்.

அன்றைக்கு அவள் கணவன் தன்னுடன் ஒரு புத்த பிட்சுவையும் அழைத்து வந்திருந்தான். அவர் மிக்க பொறுமையாக, "ஏன் அம்மா இப்படி உன் கணவரிடம் கோபிக்கிறாய்? அவர் என்ன தப்புச் செய்தார்? என்னிடம் சொன்னால் நான் விசாரிக்கிறேன்" என்றார்.

"நீங்களே சொல்லுங்கள். இது நியாயமா? நான் இருக்கும் போது இவர் வேறு ஒரு பெண்ணை இந்த வீட்டில் கொண்டு வந்து வைத்துக் கொள்ளலாமா?" என்று அந்த அம்மாள் கேட்டாள்.

"நிச்சயம் வைத்துக் கொள்ளக் கூடாது. இவர் அப்படிச் செய்யக் கூடியவர் அல்லவே!" என்று கூறிய பிட்சு அவன் பக்கம் திரும்பிப் பார்த்தார்.

"இவளை அன்றி வேறு எந்தப் பெண்ணோடும் நான் பழகியதே இல்லை. நானாவது! வீட்டில் இவளுக்குத் தெரியாமல் ஒரு பெண்ணைக் கொண்டு வைத்துக் கொள்வதாவது!" என்று பரிதாபமாகப் பேசினான் அவன்.

இதைக் கேட்டாளோ இல்லையோ அந்த அம்மாள் முன்னையும் விட அதிகக் கோபம் கொண்டாள்.

"அழைத்துக்கொண்டு வந்து உள்ளே வைத்திருப்பதும் அல்லாமல் பொய்யா சொல்கிறீர்கள்? சுவாமி! நீங்கள் உள்ளே வாருங்கள். நான் காட்டுகிறேன்" என்று அந்தப் புத்த பிட்சுவை உள்ளே அழைத்துக்கொண்டு போய்க் கண்ணாடியுள்ள பெட்டியைக் காட்டினாள்.

பிட்சு அதைத் திறந்து பார்த்தார். கண்ணாடியில் அவர் முகம் தெரிந்தது. அவர் உடனே ஆச்சரியம் மிக்கவராய்க் கூவினார்; '"அம்மா! அம்மா! இங்கே பாருங்கள். அந்த அம்மாள் நம் எல்லோருக்கும் இரகசியம் தெரிந்துவிட்டதே என்று எண்ணி வெட்கித் தன் தலையை மொட்டையடித்துக் கொண்டு விட்டாள்" என்றாராம். அவரவர்கள் பார்க்கிற போது வெவ்வேறு முகம் தோற்றியது. அந்தத் தோற்றத்துக்குக் காரணம் கண்ணாடி யிலா இருக்கிறது? பார்ப்பவர்களிடம் இருக்கிறது.

உள்ளமும் உலகமும்

இப்படி இந்த உலகமாகிய கண்ணாடியைப் பார்க்கிறவர்களில் சிலருக்கு, "உலகம் முழுவதும் இன்பமாகக் காட்சி அளிக்கிறது" என்றால் அவர்களே இன்பத்தின் வடிவாக இருக்கிறார்கள். சிலர், "உலகம் முழுவதும் துன்பம் நிரம்பி இருக்கிறது" என்றால் அவர்களே துன்பத்தின் சின்னமாக இருக்கிறார்கள். "உலகில் நல்லவர்களே இல்லை;

திருடர்களும், நயவஞ்சகர்களும் நிரம்பியிருக்கிறார்கள்" என்பவர்களே திருடர்கள், நய வஞ்சகர்கள். அதனால்தான் உலகத்திலுள்ளவர்கள் எல்லாரும் அவர்களுக்கு அப்படித் தோற்றுகிறார்கள். "உலகிலுள்ளவர்கள் எல்லோரும் நல்லவர்கள்; ஆண்டவன் குழந்தைகள்" என்று பார்க்கின்ற மக்கள் இல்லையா? இப்படிப் பல வழியாகக் கூர்ந்து பார்த்தால் அவரவர்களின் உள்ளத்தின் பண்பே உலகத்தில் பிரதிபலிப்பதை உணரலாம்.

ஆகவே, துன்பம் இன்பம் என்பவை அவரவர்களுடைய மனத்தின் பண்பையும், திண்மையையும் பொறுத்து இருக்கின்றன. ஒருவன் மலைபோல இருக்கிற பொருளைப் பொடியைப் போல் இருக்கக் காண்கிறான். அணு அணுவான திவலைகளைக்கூட ஒருவன் மலைபோல எண்ணி மலைத்து நிற்கிறான். எல்லா விதமான இன்ப போகங்களும் நிரம்பப் பெற்ற மாளிகையில் இருப்பவன் நரகத்தில் வாழ்பவனைப் போல அவதியுறுவதும் உண்டு. வறிய நிலையில் இருப்பவனோ வள வாழ்வு நிரம்பப் பெற்ற மாளிகையில் இருப்பதாக மகிழ்வதும் உண்டு. நரகத்தையே நல்லதாகப் பார்க்கிறவர்கள் இருக்கிறார்கள். மாணிக்கவாசகர் அத்தகையவர். "இறைவனே! உன் திருவருள் துணை எனக்கு இருந்தால் நரகமானாலும் சரி, அங்கே சென்று வாழ்வேன்" என்று சொல்கிறார்.

"..........நரகம்புகினும்
எள்ளேன் திருவரு ளாலே இருக்கப் பெறின்இறைவா!"

இறைவன் திருவருள் இல்லாவிட்டால் இன்பலோகம் நரக லோகமாகத் தோற்றுகிறது. ஒரு சிறு துரும்பும் கட்டாரியாக இருக்கிறது. இறைவனது நம்பிக்கையோடு வாழ்பவர்களுக்கு நரகம் சுவர்க்கமாக இருக்கிறது. உலகில் உள்ளவர்கள் எல்லாரும் நல்லவர்களாக இருக்கிறார்கள். பெண்டு பிள்ளைகள் எல்லாரும் சொன்னதைக் கேட்பவர்களாக இருக்கிறார்கள்.

கோழைகளின் இயல்பு

"வாழ்விலே எவ்விதத் துன்பமும் இன்றி இவர்களைப் படைத்துவிட்டு என்னை எல்லாவிதமான துன்பங்களையும் அநு பவிக்கும்படியாக இறைவன் செய்து விட்டானே" என அலறுகின்ற மக்கள் யார்? அவர்கள் இறைவன் திருவருள் துணை இல்லாதவர்கள். பொழுது விடிந்து பொழுது சாய்வதற்குள் அவர்கள் படுகின்ற வேதனை, அஞ்சுகின்ற அச்சம், கொஞ்ச நஞ்சமா? தொட்டவதற்கு எல்லாம் பயம். எல்லோரிடமும் சண்டை. சிறிய சிறிய துன்பங்கள்கூட அவர்களுக்கு மலை மலையாக இருக்கின்றன. இறைவன் திருவருள் இல்லாத இத்தகைய கோழைகளுக்கு எந்தக் காரியத்தைச் செய்வதற்கும் நேரம் இராது; ஆற்றல் இராது; மனத் திண்மை இராது. "எனக்குச் சுதந்தரம் இருந்தால் அப்படிச் செய்வேன், இப்படிச் செய்வேன். அந்தப் பாவிதான் என்னை எதுவும் செய்யவிடாமல் அடிக்கிறானே!" என்று பழியைப் பிறர்மேல் சுமத்தி ஏமாந்தும் உலகை ஏமாற்றியும் வருபவர்கள் இந்தக் கோழைகள். இக்கோழைகளுக்கு மலை மலையாகத் தோன்றும் துன்பங்கள் இறைவன் திருவருளால் ஞானம் பெற்ற வீரர்களுக்குப் பொடிப் பொடியாகப் போகின்றன.

இந்த இரண்டையும் பிணைத்து அருணகிரியார் ஒரு பாட்டைச் சொல்கிறார்.

பொட்டாக வெற்பைப் பொருதகந்
தா! தப்பிப் போனதுஒன்றற்கு
எட்டாத ஞான கலைதரு
வாய்;இரும் காமவிடாய்ப்
பட்டார் உயிரைத் திருகிப்
பருகிப் பசிதணிக்கும்
கட்டாரி வேல்விழி யார்வலைக்
கேமனம் கட்டுண்டதே.

நுட்பமான பொருளைப் பெரிதாகக் கருதி அஞ்சுகின்றவர் ஒரு சாரார். பெரிய பொருளை அடியோடு பொடியாக்குகின்றவர் ஒரு சாரார்.

மலையைப் பொடியாக்கியது

மனிதனுக்கு இன்பம் வந்தாலும், துன்பம் வந்தாலும் அதற்கு உவமையாக மலையைச் சொல்வது வழக்கம். "மலை மலையாகச் செல்வம் அவனிடத்தில் சேருகிறது" என்பார்கள். அதேபோல, "மலை போலத் துன்பம் வந்துவிட்டதே!" என்று தலையின்மேல் கை வைத்துக் கொள்கிறவர் எத்தனை பேர்!

ஞானத்தையே வேலாக உடைய முருகன் தேவர்களுக்கு மலை மலையாக வந்த துன்பங்களை அழிந்து போகும்படி செய்தான். அவர்களுக்குத் துன்பம் அளித்து வந்த அசுர மலைகள் எல்லாம் பொடிப் பொடியாகும்படி செய்தான். தேவர்களை அழிக்க வந்த பெரிய மலை ஒன்று இருந்தது. அதற்குக் கிரவுஞ்சம் என்று பெயர். அதைக் கண்டு முதலில் மலைத்தார்கள் தேவர்கள். இறைவன் அதைப் பொடிப் பொடியாக்கினான். மலைபோல வந்தது பனி போலப் போயிற்று என்பார்களே, அப்படி ஆகிவிட்டது.

கலையும் வலையும்

ஞானத்தையே வேலாக உடைய பெருமானிடத்தில் ஞான கலையைப் பெறவேண்டும். அதனால் மலையையும் பொடிப்படுத்தி விடலாம். அதனைப் பெறாதவர்கள் துன்புறுகிறார்கள். அவர்கள் அகங்காரத்தால் அவன் திருவடி சேராது தலை திரும்பி நிற்பவர்கள். முன்னவர்களுக்கு விளைவது ஞானம். பின்னவர்களுக்கு விளைவது மையல். ஞானம் உடையவர்கள் மலையையும் பொடி யாக்குவார்கள். ஞானம் இல்லாதவர்களோ, ஒன்றும் இல்லாத சிறியதையும் பெரிய மலையென்று அஞ்சுவார்கள். ஓரிடத்தில் ஞான கலை இருக்கிறது; மற்றோர் இடத்தில் காம விடாயினால் உண்டாகின்ற மையல் வலை இருக்கிறது. ஞான கலையைத் தரும் தலைவன் கந்தன். மையல் வலையை

வீசுபவர்கள் கட்டாரி வேல் விழியார். இரண்டு பேர்களிடமும் வேல் ஆயுதமாக இருக்கிறது. அவன் வேலாயுதன். இவர்கள் வேல் விழியார்கள்.

வேலாயுதன் செய்ததை அருணகிரியார் சொல்கிறார்.

வெற்பைப் பொருத்து

பொட்டாக வெற்பைப் பொருத கந்தா!

சாதாரண மலையைக் கண்டாலே நாம் மயங்குகிறோம். நிற்கின்ற மலைகள் இவை. கந்தன் பொடியாக்கியதோ பறந்த மலை; ஆகாயத்தில் பறந்து சென்று எங்கே ஜன நெரிசல் அதிகமாக இருக்கிறதோ அங்கே அப்படியே உட்கார்ந்து எல்லாச் சீவராசிகளையும் சங்காரம் செய்த மலை. அந்த மலையை அப்படியே கண்களுக்குத் தெரியாதபடி பொட்டுப் பொட்டாக ஆக்கினான் கந்தன். பூச்சி, பொட்டு என்று சொல்வது மரபு. பூச்சி கண்ணுக்குத் தெரிவது; கண்ணுக்கே தெரியாதது பொட்டு.

வெற்பு - மலை. மலை என்ற சொல்லிலிருந்து மலைப்பு என்ற சொல் உண்டாகிறது. மலைப்பை உண்டாக்குவது மலை பின்னாலே இருக்கும் பொருளை மறைத்து, முன்னால் இருக்கிறவனுக்கு மலைப்பை, அச்சத்தை உண்டு பண்ணும் மலையைக் கண்ணுக்குத் தெரியாத பொட்டுப் பொட்டாகப் போகும்படி பொருதான் கந்தன். அவனுடைய அருள் பெற்றவர்களும் அவனைப்போல இருப்பார்கள். "அரசன் எப்படி, குடிகளும் அப்படி" என்பது வழக்கு. அவன் திருவருளைப் பெற்றவர்கள், மலை போல் இருக்கும் துன்பங்களைக் கண்ணுக்குத் தெரியாத பொட்டாக ஆக்குகின்ற ஆற்றல் அடைவார்கள். நமக்கு அந்த ஆற்றல் வரவில்லை. அதற்குக் காரணம் இன்னதென்பதை அருணகிரியார் சொல்கிறார்.

தப்பிப் போன மனம்

தப்பிப் போனது ஒன்றற்கு எட்டாத ஞான கலைதருவாய்.

"என் கைக்குள் ஒன்று அகப்படாததனாலே மலையைப் பொட்டாக்கும் ஆற்றல் எனக்கு இல்லை. அதைப் பிடித்து என் ஆணைக்கு அடங்க வைத்து, ஞான கலையை வாங்க வேண்டும் என எண்ணிக் கொண்டிருந்தேன். ஆனால் அது எனக்கு அகப் பட்டால் அல்லவா ஞானத்தை வாங்க முடியும்?"

தப்பிப் போனது ஒன்று.

"அந்த ஒன்று மனம். மனத்தை என் பிடிக்குள் அகப்படுத்தி, உன் திருவடியிலே விழச் செய்து அதற்குக் கொஞ்சம் ஞானம் ஊட்டலாம் என்று எண்ணினேன். அப்படிச் செய்திருந்தால் மலை மலையாக வரும் துன்பங்களைப் பொட்டுப் பொட்டாக ஆக்கியிருப்பேன். ஆனால் அந்த மனம் பிடிக்கு அகப்படாமல் தப்பிப் போய்விட்டதே! அதற்கு எட்டாத ஞான கலையை வழங்க வேண்டும் அப்பா. என் ஆற்றல் பலிக்கவில்லை. ஆகவே உன்னை வேண்டிக் கொள்கிறேன்" என்கிறார் அருணகிரியார்.

தாழம்பூவும் மனமும்

தாழம்பூவைப் பார்த்திருக்கிறோம். தனியாக இலை வேறு, பூ வேறு என்று இல்லாமல் இலையே பூவாக இருப்பது தாழம்பூ. இரண்டு இலைக்கும் வேறுபாடு உண்டு. இலையில் முள் இருக்கும்; பூவில் முள் இராது. இலை பச்சையாக இருக்கும்; பூ மஞ்சளாக இருக்கும். இலைக்கு மணம் இல்லை; பூவுக்கு மணம் உண்டு. ஆனால் இலையின் நுனிப் பகுதியே பூ. மேலேயுள்ள பச்சையான மணமற்ற முள் இலைகளை ஒவ்வொன்றாகக் கழித்து விட்டால் கடைசியில் மஞ்சள் நிறமான முள் இல்லாத இலை கிடைக்கும். அதற்கு மணம் உண்டாதலால் அது பூவாகிறது.

அதைப் போலவே மனம் இருக்கிறது. மனத்தைச் சுற்றியுள்ள முரட்டுத்தனம், சோம்பேறித்தனம் ஆகிய படலங்களை அகற்றி விட்டால் குழைவு, சுறுசுறுப்பு ஆகிய முள் இல்லாத படலங்கள் வெளிப்படுகின்றன. அது மாத்திரம் அல்ல. அன்பாகிய நறுமணம் அதில் கமழும். நம் மனம் தாழம்பூ ஆக வேண்டுமானால் மனத்தைச் சுற்றியுள்ள வாசனை அற்ற முள் இலைகளைக் கழிக்க வேண்டும். அது நம் கைக்குள் அகப்படாமல் தப்பிப் போய்விடுகிறது.

கட்டுப்பாடு

நமக்கு நாமே கட்டுப்படுவது இன்பம். பிறருக்குக் கட்டுப் படுவது துன்பம். நாமே நம் வீட்டுக்குள்ளே நுழைந்து கொண்டு தாழ்ப்பாள் போட்டுக்கொள்வது பாதுகாப்பு. நம்மை உள்ளே தள்ளிப் பிறர் வெளியே பூட்டிடுவது சிறை. இரண்டு இடங்களுக்கும் வேறுபாடு பொதுவாகப் பார்த்தால் ஒன்றும் இல்லை. நான்கு பக்கமும் இரண்டு இடங்களிலும் சுவர்கள் உள்ளன. கதவு இருக் கிறது. பூட்டு இருக்கிறது. ஆனால் இங்கே போட்ட பூட்டு, பிறர் போட்டது. அங்கே போட்ட பூட்டு நாமே போட்டுக் கொண்டது. நாமே பூட்டுப் போட்டுக் கொண்டது வெளியில் இருந்து பகைவர்கள் உள்ளே வராமல் இருப்பதற்காக. பிறர் போட்ட பூட்டு நாம் வெளியே தப்பிப் போய்விடாமல் இருப்பதற்காக. ஆகவே முன்னால் நாம் இருக்கும் இடம் பாதுகாப்பான இடம்.

பின்னால் நாம் உள்ள இடம் சிறை. பாதுகாப்பான இடத்தில் இன்பம் உண்டாகிறது. சிறையில் துன்பம் அநுபவிக்கிறோம்.

அதைப் போல மனம் நமக்குக் கட்டுப்பட்டிருந்தால் இன்பம் பெற்றிருக்கும். நம் கைக்குள் அகப்படாமல் தப்பிப் போய்ப் பிறருக்குக் கட்டுப்பட்டுச் சிறைப்படுகிறது. அதனாலே அதற்கு வருகின்றது துன்பம்.

வலைப்பட்ட மனம்

மனத்தை நாமே கட்டலாம், கட்டி முருகனிடத்திலிருந்து ஞான கலை கொஞ்சம் வாங்கி ஊட்டலாம் என்று நாம் நினைக்க, அது நம் பிடிக்கு அகப்படாமல் தப்பிப் போகிறது. தப்பிப் போனது ஒன்று யாருக்கும் கட்டுப்படாமல் இருந்தால் மறுபடியும் அதைக் கட்ட நாம் முயற்சி செய்யலாம். ஆனால் அதுவோ வேறு ஒருவரிடத்தில் கட்டுப்படுகிறது. நமக்குக் கட்டுப்பட்டிருந்தால் ஞான கலையை எட்டிப் பிடித்திருக்கும். தப்பிப் போனதனால் அதற்குக் கலைஞானம் எட்டாது போய்விட்டது. வேல்விழியாருக்குக் கட்டுப்பட்டதனால் கிடைத்தது என்ன? மையல் வலை. அவ் வலையை விரித்து நம் பிடிக்குத் தப்பிப்போன மனத்தைச் சிக்க வைத்துச் சிறைப்படுத்திவிட்டனர் கட்டாரி வேல்விழியார்.

இரும்காமவிடாய்ப்
பட்டார் உயிரைத் திருகிப் பருகிப் பசிதணிக்கும்
கட்டாரி வேல்விழியார்.

இரும் - பெரிய, பரந்த. காம விடாய் -காமத்தினால் எழுகின்ற தாகம். காமம் என்பது மனத்திலே தோற்றுகின்ற உணர்ச்சி. இந்த உணர்ச்சி வசப்பட்டுக் கட்டாரி வேல் விழியார் வலையில் சிக்குண்டு தடுமாறின உயிர்கள் ஒன்றா இரண்டா? சரித்திரங்களும், புராணங்களும் கதைகதையாகச் சொல்கின்றன. காமவிடாய்ப் பட்டாருடைய உயிரைக் கட்டாரி வேல்விழியார் என்ன பாடு படுத்தி விடுகிறார்கள் தெரியுமா?

திருகிப் பருகிப் பசி தணிக்கும்.

உயிரைத் திருகுவதாவது அது போகிற போக்கில் செல்ல விடாமல் தனக்குள் அடக்குவது. காமவிடாய்ப் பட்டாருடைய உயிரை அது போகிற போக்கில் போக விடாமல் தனக்குள் அடக்கிப் பசி தணிகிறது விழி. உலகில் உள்ள எல்லோரையுமே வேல்விழியார் அப்படிச் செய்ய முடியுமா?

உலகில் காமவிடாய்ப்பட்டவர்களும் இருக்கிறார்கள்; ஞான கலை உடையவரும் இருக்கிறார்கள். ஞான கலை உடையவரிடத்தில் கட்டாரி வேல்விழியாரின் ஜபம் ஒன்றும் சாய்வதில்லை. காமவிடாய்ப்பட்டாருடைய உயிரைத்தான் திருகிப் பருகிப் பசி தணியும். காமவிடாய்ப்பட்டவன் கலாசாலையில் படிப்பவனாய் ருந்தால் படிப்பில் அவன் மனம் ஓடாது. உத்தியோகசாலையில் இருந்தால் வேலையில் மனம் ஓடுகிறது இல்லை. அவன் தன் கடமைகளைச் செய்யும் இடங்களிலெல்லாம் குறுக்கிட்டு வழியை மாற்றி, கடமையைச் செய்யவொட்டாமல் முறித்து, வேல் விழி யாரின் நினைவாகவே எப்போதும் இருக்கும்படி செய்து விடு கிறது. வாழ வேண்டுமென்று அவன் எண்ணினாலும் கொஞ்சங்கூட வாழவொட்டாமல் சிதைத்துவிடுகிறது காமவிடாய்.

கட்டாரி வேல்விழி யார்வலைக்
கேமனம் கட்டுண்டதே.

"என் கைக்குள் அகப்படாமல் தப்பிப்போன மனம் கட்டாரியைப் போலவும், வேலைப் போலவும் இருக்கும் விழியாருடைய வலைக்குள் கட்டுண்டுவிட்டது" என்கிறார் அருணகிரியார்.

கண் சிறிய உறுப்பு. இருந்தாலும் காமவிடாய்ப் பட்டாருக்கோ அது பெரிய கட்டாரியைப் போலவும், வேலைப் போலவும் இருக்கிறது. மகளிருடைய கண்கள் பசியோடிருக்கின்றன. யாரைக் குத்தி வலையில் அகப்படுத்தலாம் என்று ஆராய்ந்து கொண்டிருக்கின்றன. ஆள் அகப்பட்டால் உயிரைத் திருகிப் பருகிப் பசி தணித்துக் கொள்கின்றன.

ஞானமும் வேலும்

பின்னால் இருக்கும் பொருள்களை எல்லாம் மறைத்து, முன்னால் இருப்பவர்களுக்கு மலைப்பை உண்டாக்கிய பெரிய மலையை ஆண்டவன் பொட்டுப் பொட்டாக ஆக்கினான்.

அவன் திருவருளால் ஞான கலை பெற்றவர்களும் அப்படிச் செய்கிறார்கள்.

மையல் வலைக்குக் கட்டுப்படாமல் இருப்பது ஞான கலை உள்ள மனம். யார் ஞான பண்டித சாமியோ, யார் ஞான கலாநாதனோ அவனிடத்திலிருந்து ஞான கலை வர வேண்டும். ஞானமென்னும் கலையையே ஒளி வீசும் கூர்மை உடைய வேலாகத் தன் திருக்கரத்தில் அவன் வைத்திருக்கிறான். அது மலையைப் பொட்டுப் பொட்டாக்கிய வரலாறு நமக்குத் தெரியும். அவன் அருளால் நமக்கும் அவனிடத்திலிருந்து கொஞ்சம் ஞான கலை கிடைத்தால் மலை மலையாக நமக்கு வருகின்ற துன்பங் களைப் பொட்டுப் பொட்டாக ஆக்க முடியும்.

ஞானிகளும் கலைஞர்களும்

ஞானிகளுக்கும், கலைஞர்களுக்கும் வேற்றுமை அதிகம் இல்லை. வால்மீகி முனிவரைப் போன்ற மகாஞானி யாராவது இருக்க முடியுமா? அவரைப்போன்ற கலைஞனும் இல்லை. ஞானி தன் அளவில் அநுபவத்தைப் பெற்றிருக்கிறான். கலைஞன் தான் பெற்ற அறிவைப் பிறருக்கும் பயன்படச் செய்கிறான். ஒரு சாலை வழியே போகும் போது சப்பாத்திப் புதரைப் பார்த்தால் நாம் வெறுக்கிறோம்; ரோஜாச் செடியைக் கண்டால் மகிழ்கிறோம். ஞானிகளுக்கு ரோஜாச் செடியைப் பார்க்கும் போதும், சப்பாத்தி முள்ளைப் பார்க்கும்போது வெறுப்போ மகிழ்வோ உண்டாவதில்லை. கலைஞன் ரோஜாச் செடியையும் மகிழ்வோடு பார்க்கிறான்; சப்பாத்தியையும் மகிழ்வோடு பார்க்கிறான். இரண் டையும் சித்திரமாக எழுதுகிறான். ஆகவே, ஞானியும் கலைஞனும் ஒரே நிலையில் இருந்து எதையும் பார்க்கிறார்கள். ஞானி விருப்பு வெறுப்பு இல்லாத நிலையில் இருந்து பார்த்தால், கலைஞன் மகிழ்ச்சி என்ற நிலையில் இருந்து பார்க்கிறான்.

ஞானசம்பந்தர்

ஞானசம்பந்தப் பெருமான் ஞான கலையுடையவர்.

"உவமையிலாக் கலைஞானம் ஓதரிய மெய்ஞ்ஞானம்"

ஆகியவற்றைப் பெற்றார் ஞானசம்பந்தர் என்று சொல்கிறார் சேக்கிழார். எம்பெருமாட்டி குழைத்துக் கொடுத்த சிவஞானப் பாலை உண்டவர் அவர். பாலைக் குடித்த உடனே ஞானம் வெள்ளமாகப் பொங்கியது. அது வெறும் ஞானம் அல்ல; கலை ஞானத்தோடு கலந்த மெய்ஞ்ஞானம். சம்பந்தப் பெருமானுக்கு ஞான கலை கிடைத்ததனாலே அவர் தம் அளவில் இன்பத்தை அநுபவிப்பதோடு நில்லாமல் பிறருக்கும் அதை அளித்தார்; ஞானா சிரியராகத் திகழ்ந்தார். வழிவழியாக வந்துகொண்டே இருக்கும் மனித சமுதாயம் தம் காலத்திற்குப் பிறகும் படித்துப் பயனுற்று ஞானம் எய்துவதற்குத் தக்க தேவாரத் திருப்பதிகங்களைத் தமிழில் வெள்ளமாகப் பொழியும் ஆற்றலும் அவருக்கு உண்டாயிற்று. கலை ஞானம் பெற்றவர் ஆதலால் அது உண்டாயிற்று.

மூன்று வயசு முதலே எம்பெருமான்மீது பல பல திருப் பதிகங்களைப் பாடிக்கொண்டு ஒவ்வொரு தலமாகச் சுற்றிவர ஆரம்பித்தார் சம்பந்தர். அவருக்கு வயசு பதினாறு ஆயிற்று.

அந்தக் காலத்தில் மயிலாப்பூரில் சிவநேசர் என்ற பெயருடைய ஒரு செட்டியார் இருந்தார். சிவபெருமானிடத்தில் உண்மையான அன்பு பூண்டு சிவனடியார்களிடத்தில் மிக்க அன்பு உடையவராக இருந்தார். அவர் ஆளுடைய பிள்ளையாரின் வரலாற்றைக் கேள்வி யுற்று அவரைக் காணவேண்டும், அவருக்குத் தம்முடைய பெண்ணாகிய பூம்பாவையை மணம் செய்து கொடுக்க வேண்டுமென்ற ஆசை உடையவராக இருந்தார்.

மூன்று வயசிலே புறப்பட்ட சம்பந்தப் பெருமான் ஒவ்வொரு தலமாகச் சென்றுவிட்டுப் பதினாறு ஆண்டு நிரம்பப் பெறும் போது தொண்டை நாட்டுக்கு வந்தார்.

அதற்குள் இங்கே சிவநேசச் செட்டியாரின் புதல்வி பூம்பாவை ஒருநாள் பூக்கொய்யும்போது அரவம் தீண்டியதால் மாண்டு விட்டாள். "சீகாழிப் பிள்ளையாருக்கு இவளைக் கொடுக்க வேண்டும் என்று நான் முடிவு செய்திருக்க, இப்படி இறந்து போய்விட்டாளே! ஞான சம்பந்தப் பெருமானுக்கு உரிய பொருளை நான் இப்பொழுது எவ்வாறு ஒப்படைப்பேன்!" என்று செட்டியார் மிகவும் வருந்தினார். "நாம் ஒன்று நினைக்க இறைவன் திருவருள் வேறாக இருக்கிறது. ஆனாலும் நினைத்த காரியத்தைச் செய்யவேண்டும். நாம் பெற்றெடுத்த இந்த உடம்பில் எஞ்சி இருப்பது எலும்பு. அதையாவது அப்பெருமானிடம் ஒப்படைக்கத்தான் வேண்டும்" என்று எண்ணித் தகனம் ஆன மறுநாள் பொறுக்கிய எலும்புகளை எல்லாம் ஒரு பானையில் போட்டு வைத்திருந்தார்.

பூம்பாவை எழுதல்

ஞானசம்பந்தப் பெருமான் திருவொற்றியூர் வந்தார். வந்த வுடனேயே சிவநேசர் அப்பெருமானை எதிர் சென்று மயிலைக்கு அழைத்து வந்து, நடந்த வரலாறுகளைச் சொல்லிப் பூம்பாவையின் எலும்புகளை வைத்திருக்கும் பானையை அவர் முன் கொண்டு வந்து வைத்து, அதை ஏற்றுக்கொள்ள வேண்டுமென்று இறைஞ்சினார். சிவநேசச் செட்டியாரின் அன்பு தம் உள்ளத்தைத் தொட்டு விட்டதால், ஞானசம்பந்தர் அதை ஏற்றுக்கொண்டார். பலரும் அப்பானையைக் காணுமாறு கோயிலுக்குப் புறம்பே ஓரிடத்தில் வைத்து, உள்ளம் உருக, "மட்டிட்ட புன்னையங்கானல் மடமயிலை" என்ற பதிகத்தைத் தொடங்கி, "போதியோ பூம்பாவாய்" என்று ஒவ்வொரு பாட்டும் முடியும்படி பாடினார். அப்பாட்டைக் கேட்ட பூம்பாவையின் எலும்புகள் ஒன்றுகூடி அழகான பெண் உருவாயின. திருமயிலையிலே ஆண்டுதோறும் முழங்கை வழியே நெய் வார அடியார்களுக்கு அன்னமிட்டுக் கொண்டாடும் விழாக்கள் பல நடந்தன. "அவ்விழாக்களை எல்லாம் கண்டுகளிக்காமல் நீ போகிறாயோ பூம்பாவையே!"

என்று ஞான சம்பந்தப் பெருமான் தம் பாட்டில் பாடியிருந்தார்.

ஞானசம்பந்தர் இறைவனை விளித்துப் பாடியிருக்கிறார். மக்களை நோக்கிப் பொதுவாகப் பாடியதுண்டு. தம் நெஞ்சைப் பார்த்தும் பாடியுள்ளார். தனிப்பட்டவர்களைப் பார்த்துப் பாடிய தில்லை. ஆனால் இரண்டு பெண்களின் பெயரைச் சொல்லி அழைத்துப் பாடியிருக்கிறார். சம்பந்தர் பாட்டில் விளித்துப் பாடும் பாக்கியம் பெற்றவர்கள் மங்கையர்க்கரசியாரும் பூம்பாவையுமாவர். ஒவ்வொரு பாட்டிலும் பூம்பாவாய் என்று அவளை விளிக்கிறார்.

அவர் பாடினவுடனே அந்தப் பருவத்திற்கு ஏற்ற வளர்ச்சி யோடு முட்டையிலிருந்து குஞ்சு வெளிவருவது போல ஞான சம்பந்தப் பெருமான் முன் நின்றாள் பூம்பாவை. அவளைக் கண்டவுடனே சிவநேசருக்கு ஆனந்தம் பொங்கிற்று. "இறந்து போன என் பெண் தங்களுடைய திருவருளினால் உயிர்பெற்று மீண்டும் எழுந்து விட்டாள். இவளைத் தாங்களே திருமணம் செய்து கொண்டருளவேண்டும்" என்று ஞானசம்பந்தப் பெரு மானுடைய திருவடிகளில் வீழ்ந்து இறைஞ்சினார்.

"நீ பெற்ற பெண் அப்பொழுதே பாம்பு கடித்து இறந்து விட்டாள். இந்தப் பெண்ணை நான் இப்பொழுது பெற்றேன். இவளுக்கு நான் தந்தை அல்லவா? நான் எவ்வாறு இவளை மணம் செய்துகொள்ள முடியும்?" என்று சொன்னார் ஞான சம்பந்தர். அவருக்கு வயசு அப்போது பதினாறு. நல்ல காளைப் பருவம். திருமணம் செய்துகொள்வதற்கு உரிய பருவத்தினர். இந்தக் காலத்தில் இத்தகைய வயசும், புகழும் உடைய எவனாவது நல்ல அழகான பெண்ணைப் பார்த்தால் மணம் வேண்டாம் என்று சொல்வானா? எம்பெருமாட்டியின் திருவருளாலே ஞான கலை பெற்ற பெருமான் அவர். ஆதலால் அழகுப் பிழம்பாய்த் தம் முன் நின்ற பூம்பாவையின் எழில் வண்ணத்தை அவர் காணவில்லை. அவளைக் கண்டபோது காமம் உண்டாகவில்லை. தம் பெண்ணாகக் கண்டார். இதைச் சேக்கிழார் சொல்கிறார்.

பிரமனும் சம்பந்தரும்

எங்கே ஞானசம்பந்தப் பெருமான் பூம்பாவையைப் படைத்தார். எண்ணிலாத ஆண்டுகளாகப் படைப்பதையே தன் தொழிலாகக் கொண்ட முதியவனும் வேதம் உணர்ந்தவனுமாகிய பிரமதேவனும் ஒரு பெண்ணைப் படைத்தான். ஞானசம்பந்தப் பெருமான் பூம் பாவையை உருவாக்கி எழுப்பினார். பிரமதேவன் கலைமகளைப் படைத்தான். படைத்தவுடனே, அவளது எழிலின் வண்ணம் கண் டான். "அழகாக இருக்கிறாளே; இவளைக் கல்யாணம் பண்ணிக் கொண்டுவிட வேண்டும்" என்று அவன் எண்ணினான். தன்னுடைய பெண் என்று அவன் பார்க்கவில்லை. பார்த்திருந்தால் மணந் திருப்பானா? பார்ப்பதற்கு அவனுக்குக் கண் இல்லையா? எட்டுக் கண்கள் உடையவன்; தன்னுடைய நான்கு முகங்களாலும் பார்த்தான். அவனுக்கு வயசு என்ன கொஞ்சமா? பல்லாயிரம் ஆண்டுகள் சென்ற கிழவன்; பிதாமகன். அதோடு வேதம் சொல் கிறவன். உலகமே அவனை வேதா என்று கொண்டாடுகிறது. அவன் என்ன செய்தான்?

"எண்ணிலாண்டு எய்தும் வேதாப்
படைத்தவள் எழிலின் வண்ணம்
நண்ணும்நான் முகத்தால் கண்டான்."

தான் படைத்த படைப்பைத் தன்னுடைய பெண்ணாகப் பார்க்கும் ஞானம் அவனுக்கு இல்லை. அவள் எழிலின் வண்ணம் கண்டு மணந்தான்.

அவன் பல ஆண்டு சென்ற கிழவன். ஆனால் ஞான சம்பந்தரோ பதினாறு வயசு நிரம்பப்பெற்ற காளை. இவரது படைப்புப் பூம்பாவை. பிரமன் தன் படைப்பை எப்படிக் கண்டான், கலை ஞானம் உண்ட ஞானசம்பந்தர் தமது கட்டிளங் காளைப் பருவத் தில் தம் படைப்பை எப்படிக்

கண்டார் என்ற இரண்டையும் இணைத்துச் சேக்கிழார் சுவாமிகள் சொல்கிறார்.

"எண்ணிலாண்டு எய்தும் வேதாப்
படைத்தவள் எழிலின் வண்ணம்
நண்ணுநான் முகத்தால் கண்டான்;
அவளினும் நல்லாள் தன்பால்
புண்ணியப் பதினா றாண்டு
பேர்பெறும் புகலி வேந்தர்
கண்ணுதல் கருணை வெள்ளம்
ஆயிரம் முகத்தால் கண்டார்."

எண்ணில் அடங்காத வயசான பிதாமகன், தான் படைத்த சரஸ்வதி தேவியின் எழிலின் வண்ணத்தைக் கண்டான்; தான் படைத்தவளை அழகுப் பிழம்பாகப் பார்த்தான். காமம் உண்டா யிற்று; மணந்து கொண்டான்.ஆனால் ஞானசம்பந்தப் பெருமான் பூம்பாவையைப் படைத்தார்.

பூம்பாவை சரஸ்வதியைக் காட்டிலும் நல்லாள்.எப்படி நல்லவள் என்பதை உணர்ந்துகொள்ள வேண்டுமானால் தமிழ் நூல்களைப் பார்க்க வேண்டும். தன்னைப் பார்க்கிறவர்களுக்குத் தீய எண்ணம் உண்டாகாமல் தோன்றுபவள் நல்லவள்.கலைமகள் மற்றத் திறத்தில் நல்லவளே. ஆனால் அவள் உருவம் பிரம தேவன் கண்ணிலே பட்ட மாத்திரத்தில் அவளை மணக்க வேண்டு மென்ற ஆசை அவனுக்கு மூண்டது. பூம்பாவையின் உருவமோ ஞான சம்பந்தப் பெருமான் உள்ளத்தில் காம எழுச்சியை உண்டாக்கவில்லை. பிறர் நெஞ்சு புகாத கற்பு என்று இதைச் சொல்வார்கள். பூம்பாவை எழுந்தாள். அவள் அழகு ஞான சம்பந்தப்பெருமான் உள்ளத்தில் கலக்கத்தை உண்டாக்கவில்லை.

அது மட்டுமா? சரஸ்வதியைப் படைத்தவன் பிரமன். இங்கே ஞானசம்பந்தப் பெருமான் பூம்பாவையைச் சிவபெருமானின் அருளினால் படைத்தார். ஆகவே இது மூலப் படைப்பு.

பிரமன் படைப்பாகிய கலைமகளைவிடச் சிவபெருமான் அருளால் படைக்கப்பெற்ற பூம்பாவை பின்னும் நல்லவள் என்பதில் தவறு என்ன?

அவளைப் புண்ணியப் பதினாறு ஆண்டு பேர்பெறும் புகலி வேந்தர் ஆகிய ஞானசம்பந்தர் கண்டார். அவளைப் பார்க்கும் போது அவருக்கு இரண்டு விதமான உணர்ச்சி ஏற்பட்டிருக்கலாம். அவள் எழிலைப் பார்ப்பதனாலே காமம் உண்டாகியிருக்கலாம்; அல்லது நாம் படைத்தோம் என்ற நினைப்பினாலே அகங்காரம் முளைத்திருக்கலாம். எம்பெருமாட்டியின் திருக்கரத்தால் கலை ஞானம் ஊட்டப் பெற்றவர் ஞானசம்பந்தர். ஆகவே தம்முன் நின்ற பெருமாட்டியின் எழிலை அவர் காணவில்லை. தாம் படைத்த படைப்பின் ஆற்றலையும் அவர் காணவில்லை. காமமும் இல்லை; ஆணவமும் இல்லை. பின் எதைக் கண்டார்?

"கண்ணுதல் கருணை வெள்ளம்
ஆயிரம் முகத்தால் கண்டார்."

ஆண்டவனுடைய கருணையினால் எல்லோரும் மகிழும்படியாகப் பூம்பாவை உயிர் பெற்றாள் என்று இன்புற்றார். ஆண்டவன் கண்ணுதல்; ஞானக் கண்ணை நெற்றியில் பெற்றவன். அவன் அருளில் காமத்துக்கு இடம் இல்லை. அந்த நெற்றிக்கண் காமனை எரித்ததல்லவா? ஞானம் காமத்தையும் அகங்காரத்தை யும் தோன்றாமல் செய்து விட்டது. புறக்கோலத்தைப் பாராமல் ஞானக் கண்ணால் இறைவன் திருவருளைப் பூம்பாவையின் வடிவத்தில் கண்டார் சம்பந்தர். தன் எட்டுப்புறக் கண்களால் பிரமன் பார்த்துக் காமத்தினாலே மனச் சலிப்புக் கொண்டான். ஆனால் கலை ஞானம் உடைய சம்பந்தரோ ஒரு முகம் உடையவர்தாம் என்றாலும் தமது ஞான உள்ளத்திலே முளைத்த ஆயிரம் முகம் கொண்டு கண்டார். "அவள் என் மகள்" என்று கூறி அப்பெண்ணை மணக்க மறுத்தார்.

ஞான கலை படைத்தவர்களின் கண்களில் படுகின்ற கட்டாரி வேல்விழியார் அவர்களை என்ன செய்ய முடியும்? பெண்களைக் காண்பதால் காமவிடாய்ப் படுகிறவர்கள் ஞானம் இல்லாதவர்கள். அப்பெண்களின் விழி அவர்களது உயிரைத் திருகிப் பருகிப் பசி தணிக்கும். ஞான கலை பெற்ற ஞானிகளோ அவர்களைத் தங்கள் சேய் போலப் பார்த்துவிடுகிறார்கள். காமம் உண்டாக வழி ஏது?

அருணகிரியார் பிரார்த்தனை

இதை உணர்ந்து நமக்கு உணர்த்துபவர் போல அருணகிரியார் இப்பாட்டில் பாடுகிறார். "பெரிய மலையைப் பொட்டுப் பொட்டாக ஆக்கிய கந்தனே! நான் என் மனத்தைத் கட்டலாம் என்று எண்ணினேன். அது எனக்குத் தப்பிப் போய்விட்டது. தப்பிப் போனது மாத்திரம் அல்ல. காமவிடாய்ப் பட்டாருடைய உயிரைத் திருகிப் பருகிப் பசி தணிக்கும் கட்டாரி வேல்விழியார் வலையில் சிக்குண்டு விட்டது. இப்பொழுது நான் என்ன செய்வேன்! ஞானகலை உடையவனாய் இருந்தால் மலை மலையாகத் துன்பம் வந்தாலும் உன்னைப் போல் பொட்டுப் பொட்டாக ஆக்கிவிடுவேனே! இல்லாததனால் அல்லவா காமவிடாய்ப்பட்டேன்? மாதர்களுடைய சிறிய உறுப்பாகிய கண் என் உயிரைத் திருகிப் பருகிப் பசி தணிக்கும் கட்டாரியாகவும், வேலாகவும் இருக் கிறது. என் கைக்குள் அகப்படாமல் தப்பிப்போன மனமாகிய ஒன்றிற்கு எட்டாத ஞானகலையைத் தருவாய் அப்பா!" என்று பிரார்த்தித்துக் கொள்கிறார்.

பொட்டாக வெற்பைப் பொருதகந்
தா! தப்பிப் போனதுஒன்றறற்கு
எட்டாத ஞான கலைதரு
வாய்; இரும் காமவிடாய்ப்
பட்டார் உயிரைத் திருகிப்
பருகிப் பசிதணிக்கும்

கட்டாரி வேல்விழி யார்வலைக்
கேமனம் கட்டுண்டதே!

[கண்ணுக்குத் தெரியாத பொடி ஆகும்படி கிரௌஞ்ச மலையோடு போர் செய்து அழித்த கந்தனே! என் ஆற்றலுக்கு அகப்படாமல் மீறிப் போனதாகிய மனத்துக்கு எட்டாமலிருக்கும் ஞானமென்னும் கலையை நீ எனக்கு வழங்க வேண்டும்; பெரிய காமதாகத்தில் அகப்பட்டவர்களின் உயிரை அதன் போக்கிலே விடாமல் திருகிச் செயலிழக்கும்படி பருகித் தம் பசியைத் தணித்துக் கொள்வனவும் கட்டாரி போலவும் வேல் போலவும் இருப்பனவுமாகிய விழிகளைப் படைத்த தீய மங்கையர்களின் மயலாகிய வலையில் என் மனம் கட்டுப்பட்டுவிட்டதே! இனி என் செய வல்லேன்!

பொட்டு - கண்ணுக்குத் தெரியாத நுண்ணிய வடிவுள்ள பொருள். வெற்பை கிரௌஞ்ச மலையை. பொருத போர் செய்து அழித்த. தப்பிப் போனது - என் பிடிக்குள் அகப்படாமற் போனது. ஒன்று என்றது மனத்தை. விடாய் - தாகம். கட்டாரி -குத்தீட்டிவலைக்கே - வலையில்.]

பக்தித் துறை

முன் பாட்டில் அருணகிரியார், மனம் இறைவனது திரு வருளில் ஈடுபடாமல் மங்கையர் கண்ணாகிய வலையில் மாட்டிக் கொண்டு அல்லல்படுவதைச் சொன்னார். அடுத்த பாட்டில் வேறு வகையில் நம் அறிவு தெளிவுபட வேண்டுமென்பது பற்றிச் சொல்கிறார்.

இரண்டு கடல்

உலக வாழ்க்கையில் மக்கள் கூட்டத்தில் இரண்டே இரண்டு கட்சிகள் இருக்கின்றன. ஒரு கட்சி ஒளியை நோக்கிப் போகின்ற கூட்டம்; மற்றொன்று இருளை நோக்கிப் போகின்ற கூட்டம். ஓரிடத்தில் கரை காண முடியாத எல்லை கடந்த இன்பக் கடல் பொங்கிக் கொண்டிருக்கிறது; அதற்கு நேர் எதிர்த் திசையில் பிறவிப் பெருங்கடல் இருக்கிறது. இரண்டுக்கும் எல்லை காண முடியாது. இரண்டாவது கடலில் சென்று சேர்ந்து அதனால் உண்டாகிற துன்பத்தை அனுபவிக்கிறது இருட் கூட்டம். பிறவியாகிய பெருங்கடல் சேர்ந்து மூழ்குகிறவர் களுக்குத் துன்பந்தான் உண்டு என்பதை நாம் நம் வாழ்க்கையில் அறிகிறோம். "பிறந்தோ ருறுவது பெருகிய துன்பம்" என்பது மணிமேகலை. அதற்கு நேர் எதிர்த் திசையில் இருக்கிற கடல் இன்னது என்று நாம் அறிய மாட்டோம். இறைவன் திருவருளி னால் இன்ப அனுபவம் பெற்ற பெரியவர்கள் அதனை அறிந்திருக் கிறார்கள். பிறவிப் பெருங் கடலுக்கு நேர் எதிர்த்தட்டில் ஆனந்த வாரி இருக்கிறதென்று சொல்லியிருக்கிறார்கள்.

பிறவிப் பெருங்கடலுக்கும், ஆனந்தக் கடலுக்கும் நடுவிலே வாழ்க்கை என்ற மேட்டில் நாம் இருக்கிறோம். இந்த மேடு

ஒரே சீரான மேடு அல்ல. பல வகையான குண்டுகுழிகளோடு அமைந்த மேடு; எங்கே பார்த்தாலும் அழுக்கு நிரம்பியிருக்கிறது.

புத்தியென்னும் சிற்றாறு

நம்முடைய புத்தி வேகமாக வேலை செய்கிறது. எதைச் சார்ந்திருக்கிறதோ அதிலுள்ள அழுக்கு அதன் மேல் ஒட்டிக் கொள்கிறது. அறிவு என்பது ஒரு சிற்றாறு. அது மேட்டிலும் பள்ளத்திலும் ஏறி இறங்கிப் போய்க் கொண்டிருக்கிறது. போகிற இடங்களில் உள்ள மலங்களை வாரிக் கொள்கிறது. உயிர்களிடம் மூன்று மலங்கள் இருக்கின்றன. ஆன்மா மலத்தைச் சார்ந்திருப் பதனால்தான் பிறவி வருகிறது. மனிதப் பிறவியில் உடம்பிலும், உடையிலும் ஒட்டிக்கொள்கிற அழுக்குப்போல உள்ளத்தில் ஒட்டிக் கொள்ளும் அழுக்கு எதுவோ அது உயிரைச் சார்ந்திருக் கிறது. மனம் இறந்து போய்விட்டால் மலமும் இறந்து போகும். அப்படிச் சொல்வதைக் காட்டிலும் மலம் என்பது போகுமட்டும் மனம் இருக்கும் என்று சொல்லலாம். மனம் இருப்பதனால்தான் மனிதன் எல்லாக் காரியங்களையும் செய்கிறான்.

அந்தக்கரணம்

மனத்தின் கொழுந்து எதுவோ அதைப் புத்தி என்று சொல் வார்கள். மேல் நாட்டார் மனத்தின் நிலைகள் இன்னவை என்று வகுத்திருக்கிறார்கள். அவற்றையே நம் நாட்டில் மனத்தின் பகுதிகளாகிய அந்தக்கரணங்கள் என்பர். வாழ்வதற்கு உரிய கருவிகள் இரண்டு வகை. கை கால்கள் முதலிய உறுப்புக்கள் புறத்தில் உள்ள கரணங்கள். மனம் உள்ளே இருக்கிற கரணம். அந்தக்கரணம் என்றால் உள்ளே இருக்கும் கருவி என்று பொருள். அந்தக் கரணம் நான்கு பகுதிகளாகப் பயன்படுகிறது. ஏதேனும் ஒரு பொருளைப் பற்றிச் சிந்திக்கும் போது அதனிடத்தில் ஈடுபட்டுக் கிடக்கிறோம்; அப்படிச் சிந்திப்பது சித்தம். அப்பொருளை எவ்வாறு பெறுவது என்ற அவாவினால் தவிக்கிறோம்;

அப்படித் தவிப்பது மனம். ஒன்றைப் பார்த்தால் அது நல்லதா கெட்டதா என்று ஆராய்கிறோம்; அந்த ஆராய்ச்சி பிறக்கும் இடம் புத்தி. நாம் இன்னார், இன்ன ஆசாமி என்பதை எப்பொழுதும் நினைந்து கொண்டிருக்கிறோம்; தூக்கத்தில் தட்டி எழுப்பினாலும் எழுந் திருக்கும்போது நாம் இன்னார் என்ற நினைவோடு எழுந்திருக் கிறோம்; அந்த நினைவுள்ள பகுதி அகங்காரம். இப்படி மனம், புத்தி, சித்தம், அகங்காரம் என்று நான்கு பகுதியாக அந்தக்கரணம் இயங்குகிறது.

புத்தியினால் இது நல்லது, இது பொல்லாதது என்று தெரிந்து கொள்கிறோம். மனம் என்னும் பகுதி பலவற்றைப் பற்றிப் பற்றித் தாவிக்கொண்டிருக்கும். அது பொல்லாதது. அதனால் பலவகைத் துன்பங்கள் உண்டாகின்றன. புத்தியால் நல்லது எது என்று தெரிந்துகொண்ட பிறகு அதனிடம் ஒற்றுமைப்பட்டு நிற்கத் தீர்மானிப்பது சித்தம். புத்தியானது கூர்மையாக ஒரு விஷயத்தின் தன்மையை நன்கு ஆராய்ந்து உணர்ந்தால்தான் அதைப் பற்றி நிற்கச் சித்தம் முந்தும்.

அழுக்கைப் போக்கும் வழி

பிறவியாகிய அழுக்குக் கடல் ஒரு பக்கம் இருக்கிறது. அதற்கு நேர் எதிரே ஆனந்தம் என்ற பெரிய வாரி இருக்கிறது. இந்த இரண்டுக்கும் நடுவிலே வளைந்து வளைந்து செல்கிறது புத்தியாகிய சிற்றாறு. அது தான் போகிற வழியில் பல அழுக்குகளை மேலும் மேலும் திரட்டிக் கொண்டே போகிறது.

இந்தப் புத்தியாகிய அழுக்கு நீரை உடைய சிற்றாற்றை உடையவனிடம் ஒரு பெரியவர் வந்தார்."என்ன அப்பா! இந்த அழகான சிற்றாற்றை உனக்குப் பயன்படாதவாறு ஒரே அழுக்கு நீர் ஓடும்படி வைத்துக்கொண்டிருக்கிறாயே; இப்படி இருக்கலாமே?" என்று கேட்டார்.

அவனுக்கும் அந்த ஆற்று நீர் ஒரே அழுக்காக இருக்கிறது தெரியும். ஆனால் அதை எப்படிச் சுத்தம் செய்வது என்றுதான் தெரியவில்லை. ஆகவே அப்பெரியவரிடமே, "இந்த ஆற்றை

எப்படிச் சுவாமி சுத்தம் செய்வது? அழுக்குக் கொஞ்சமும் இல்லாமல் செய்ய வேண்டுமானால் என்ன பண்ணுவது?" என்று கேட்டான்.

"அழுக்கு நீரை வடிகட்டிச் சுத்தம் பண்ணலாம் என்றால் அது உன்னால் முடியாது. அதைத் தெளிய வைத்துச் சுத்தம் செய்யும் பெரிய கடல் ஒன்று இருக்கிறது. அதிலே போய்க் கலக்கச் செய்துவிட்டால் சுத்தமாகி விடும்" என்று அவர் சொல்லிச் சென்று விட்டார்.

அவன் தன்னுடைய புத்தியாகிய சிறிய ஆற்றைப் பெரிய வாரியோடு கலக்கச் செய்யலாம் என்று எண்ணி, துறை எங்கே இருக்கிறது என்று தேடிக்கொண்டு கிளம்பினான். பிறவியாகிய பெரிய அழுக்குக் கடலோடு கலக்கின்ற பல அழுக்குத் துறைகள் அவனுக்குத் தெரிந்தன. காமமாகிய துறை ஒரு பக்கம் இருக்கிறது. மோகமாகிய துறை ஒரு பக்கம். இவற்றைப் போல மதம், மாச்சரியம் முதலான துறைகள் பிறவியாகிய அசுத்தக் கடலில் இருப்பது தெரிந்தது.

சென்னையில் உள்ள கூவம் நதியில் எத்தனை சாக்கடைகள் போய்ச் சேருகின்றன! அதனால் மேலும் அது அழுக்கு நிரம்பிய தாகிறதே தவிரத் தெளியக் காணோம். அது போல நமது அறிவாகிய சிறிய ஆற்றைக் கொண்டுபோய்ப் பிறவியாகிய பெரிய அழுக்குக் கடலோடு சேர்ப்பதனால் அது எப்படித் தெளியும் என்னும் சந்தேகம் அந்த ஆற்றை உடையவனுக்கு வந்துவிட்டது.

புத்தித் தரங்கம் தெளியும் துறை அவனுக்குத் தெரியவில்லை. பிறவியாகிய அழுக்குக் கடலோடு சங்கமம் ஆகும் காமம், மோகம் முதலாகிய துறைகளே அவனுக்குத் தெரிந்தன. தன்னுடைய புத்தி யாகிய சிறிய ஆறு, தெளிய வைக்கும் கடலோடு போய்க் கலக்கக் கூடாதா என்று அப்பெரியவர் சொன்னாரே. அந்த வாரியோடு கலக்கும் துறை தெரியவில்லையே என்று அவன் ஏங்கிக் கொண் டிருக்கும் பொழுது அப்பெரியவர் மறுபடியும் வந்தார். வந்தவுடனே,

"சுவாமி! நீர் என் புத்தித் தரங்கம் தெளிய ஆனந்த வாரியின் துறை தேடிப் போகச் சொன்னீர்களே! அதற்குத் துறை எங்கே இருக்கிறது என்று எனக்குத் தெரியவில்லையே! பிறவிப் பெருங்கடலோடு கலக்கும் துறைகள்தாமே எனக்குத் தெரிகின்றன? ஆனந்த வாரி யோடு கலப்பதற்கும் பல துறைகள் உண்டா?" என்று கேட்டான்.

ஞானத்துறை

அந்தப் பெரியவர் சொன்னார். 'அதற்கும் பல துறைகள் உண்டு. முக்கியமாக மூன்று துறைகள் இருக்கின்றன. ஞானம் என்பது ஒரு துறை. அழுக்கு நீர் மணல் நிரம்பிய பாலை வனத்தின் வழியாகப் போகும்போது இயல்பிலேயே அந்நீரின் அழுக்கைப் பாலைவனத்திலுள்ள மணற் பரப்பு வடிகட்டிவிடும். அந்தப் பாலைவனப் பாதையைப் போன்றது ஞானத்துறை. அதன் வழியாக உன்னுடைய புத்தியாகிய சிறிய ஆறு போனால் வாரியோடு சங்கமம் ஆவதற்குள் அது தெளிந்துவிடும். ஆனால் ஒன்று" என்று நிறுத்தினார் அப்பெரியவர்.

"ஆனால் ஒன்று என நிறுத்திவிட்டீர்களே சுவாமி! அது என்ன?" என்று கேட்டான் இவன்.

"பாலைவனத்தின் வழியாகப் போகும்போது ஆற்றில் புதுத் தண்ணீர் வந்து கொண்டே இருந்தால்தான் கடலோடு சங்கமம் ஆகும் வரையில் ஆற்றில் ஓட்டம் இருக்கும். புதுத் தண்ணீர் மேலும் மேலும் வராமல் போனால் ஆற்றின் நீர் அப்பாலை வனத்திடையே சுவறிவிடக் கூடும். ஆனந்தவாரியை அடைய உன் னுடைய புத்தியாகிய ஆறு ஞானமாகிய துறை வழியே போகும் போது ஞான விசாரமாகிய அப்பாலை வனத்திடையே சுவறி விட்டால் ஆனந்தவாரியை நீ போய்ச் சேரமுடியாதே!" என்றார்.

ஆற்றை உடையவனுக்குப் பயம் உண்டாகிவிட்டது. "அது மிகவும் கடினமான துறை போலிருக்கிறதே! அது நமக்குப்

பலிக்காது. வேறு துறை ஏதாவது இருந்தால் சொல்லுங்கள்" என்றான்.

கர்மத்துறை

"ஞானமாகிய துறை உனக்குப் பயன்படாது என்று எனக்குத் தெரியும். அதற்குப் பக்கத்திலேயே கர்மம் என்ற ஒரு துறையும் இருக்கிறது. அந்தத் துறையும் உனக்குக் கொஞ்சம் கடினந்தான். ஆறு பெரிய மேட்டிலே ஏறிச் செல்லவேண்டும். பள்ளத்திலிருந்து மேட்டில் ஏற வேண்டுமென்றால் சாதாரண மான காரியமா?" என்று அப்பெரியவர் சொல்வதற்குள், "என்ன சுவாமி, இந்தத் துறையும் எனக்குப் பயன்படாதுபோல் இருக்கிறதே. எனக்குப் பயன்படக்கூடிய வேறு ஏதாவது எளிய துறை யாக இருந்தால் சொல்லக் கூடாதா?" என்று கெஞ்சினான்.

பக்தித்துறை

"உன்னால் ஞானமாகிய துறை வழியாகவோ, கர்மம் என்ற துறை வழியாகவோ போக முடியாது என்றால் அதைப் பற்றிக் கவலை வேண்டாம். வேறு ஒரு துறை இருக்கிறது. அதற்குப் பக்தி என்று பெயர். பக்தித் துறையின் வழியாக எளிதிலே சென்று ஆனந்தவாரியோடு கலந்து புத்தித் தரங்கம் தெளியும் படியாகச் செய்து கொள்ளலாம்" என்று அந்த உபகாரி சொல்லி விட்டுப் போனார்.

அவனுக்கு ஆனந்தவாரியோடு கலக்கும் பக்தித் துறை எங்கே இருக்கிறது என்று தெரியவில்லை. "ஆனந்தவாரி என்று பலர் சொல்கிறார்களே, அது இருக்கிறதா?" என்ற சந்தேகமே அவனுக்குத் தெளியாமல் இருந்தது. தன் கண் எதிரே விரிந்து கிடக்கின்ற உப்புக் கடல் அவனுக்கு நன்றாகத் தெரிந்தது; பிறவிப் பெருங் கடல் தெரிந்தது. இருந்தாலும் யோசித்துப் பார்த்தான்.

ஆராய்ச்சி

'இந்த உலகத்தில் எல்லாப் பொருளும் இரட்டையாக அல்லவா இருக்கின்றன? பள்ளம் என்றால் மேடு இல்லாமல் இராது. இருள் என்றால் ஒளி இல்லாமல் இராது. முள் என்றால் மலர் இல்லாமல் இராது. தளிர் என்றால் சருகு இல்லாமல் இராது. ஆகவே உப்புக் கடல் என்றால் உப்பு இல்லாத நன்னீர்க் கடலும் இருக்கத்தான் வேண்டும். பிறவிப் பெருங்கடல் என்று சொன்னால் அல்லாத ஆனந்தக் கடலும் இருக்கத்தான் வேண்டும்' என்று நினைத்தான்.

இப்படி நினைத்தவுடனேயே அவனுக்குப் பல உண்மைகள் விளங்கின. 'பிறவிக் கடல் எப்படிக் கரை இல்லாமல் எல்லை யின்றி விரிந்து கிடக்கிறதோ, அதைப் போலவே ஆனந்தக் கடலும் இருக்க வேண்டும். பிறவிக் கடல் அழுக்கு நீர் உடையது என்றால் ஆனந்தக் கடல் தூய நன்னீர் உடையதாக இருக்க வேண்டும். பிறவிக் கடலுக்குப் பல துறைகள் இருப்பது போலவே ஆனந்தக் கடலுக்கும் பல துறைகள் இருக்க வேண்டும்' என்று தன் அறிவினால் ஆராய்ந்து தெளிந்தான்.

'நாம் சென்று சேரவேண்டிய லட்சியக் கடல் இருப்பது தெரிந்தும் இன்னும் அங்கே போய்ச் சேராது இருக்கிறோமே!' என்று ஆற்றை உடையவன் தவிக்க ஆரம்பித்துவிட்டான். "பிறவி யாகிய அழுக்குக் கடலோடு காமம், மோகம் போன்ற பலவிதமான அழுக்குகள் படிந்துள்ள என் அறிவாகிய ஆறு கலப்பதனால் பயன் இல்லை. என்னுடைய சொந்த முயற்சியினாலே ஆற்றை வடிகட்டியோ, தெளியவைத்தோ சுத்த நீராக்கலாம் என்றாலும் அந்த முயற்சி பலிக்காது. ஆற்றில் அழுக்கு நீர் ஓடிக்கொண்டு இருக்கும்போதே இதைத் தெளியவைக்க வேண்டும். அதற்கு என்ன வழி?" என்று அவன் ஏங்கிக் கொண்டிருக்கும்போதுதான் பெரியவர் அவனுக்கு ஒரு நுட்பத்தைச் சொல்லிக் கொடுத்தார்.

தெளிவு பெற வழி

"அலை ஓய்ந்த பின் கடலில் நீராடலாம் என்றால் அலையும் ஓயாது. நீயும் நீராட முடியாது. உன் அறிவாகிய ஆறு தெளிந்தபின்தான் ஆனந்தவாரியோடு கலக்க வேண்டும் என்று நீ எண்ணிக் கொண்டிருப்பதில் பயன் இல்லை. இப்படியே போய்க் கலக்க வேண்டியதுதான். ஆனந்தவாரியோடு கலக்கப் பல துறைகள் இருக்கின்றன. என்றாலும் ஞானமாகிய பாலை வனத் துறை வழியே செல்லும்போது அறிவாகிய ஆறு சுவறி விடக் கூடும். கர்மமாகிய மேட்டு நிலத் துறையின் வழியாகப் போக வேண்டுமென்றால் பள்ளத்திலிருந்து மேட்டுக்கு ஏறக் கூடிய சக்தி உன் புத்தியாகிய ஆற்றுக்கு இல்லாமற் போனாலும் போகலாம். அவ்வெல்லாத் துறைகளையும் விட மிக எளிய துறை பக்தி. அதன் வழியாக உன் சிற்றாற்றை விட்டுவிடலாம்'' என்று சொன்னார். "பக்தித் துறை வழியே சென்றால் முன்னால் நன்னீர்க் கடல் தெரியும். அதுவே ஆனந்த வாரி" என்றும் உணர்த்தினார்.

அவனுக்கு மறுபடியும் ஒரு சந்தேகம் பிறந்தது. "அந்த நல்ல கடலோடு என்னுடைய புத்தியாகிய அழுக்கு ஆற்றை எப்படிக் கலக்கச் செய்வது? அதனால் அந்த ஆனந்தவாரி அசுத்தமாகி விடாதா? தெளிந்த நீர் ஓடுகின்ற ஆறானால் கலப்பதனால் ஒன்றும் கெடுதி இல்லை. ஆனந்த வாரியோடு கலப்பதற்கு ஏற்ற வகையில் என்னுடைய புத்தியாகிய சிறிய ஆற்று நீரை நான் தெளிய வைத்துக் கொள்ள வேண்டாமா?'' என்று கேட்டான்.

"அதைத்தானே நான் இவ்வளவு நேரமும் சொன்னேன்? அந்த ஆனந்தவாரியோடு கலப்பதனாலேயே உன் அறிவாகிய சிற்றாறு சுத்தமாகிவிடும்" என்று சொல்லி அதைப் பின்னும் விளக்கினார்.

யமுனையும் சாக்கடையும்

'யமுனை நெடுந்தூரம் ஓடிக் கங்கையோடு கலந்து விடுகிறது. கங்கையோடு கலக்கும் இடம் வரையில் அது யமுனையாகத் தான் இருக்கிறது. கங்கையோடு கலந்த மாத்திரத்திலே அது யமுனை என்ற பெயரையும் இழந்து கங்கையாகவே ஆகிவிடுகிறது. இந்தக் காலமாக இருந்தால் எப்படியோ? திருவாங்கூரோடு கொச்சி ராஜ்யம் சேர்ந்த பொழுது திருவாங்கூர்-கொச்சி என்று பெயர் வைத்தார்கள். அதைப்போல யமுனை கங்கையோடு கலந்த வுடன் 'யமுனா - கங்கா' எனப் பெயர் வைத்தாலும் வைக்கலாம். ஆனால் பழங்காலத்தில் அப்படி இல்லை. யமுனை கங்கையோடு கலந்தபின் யமுனை என்ற பெயர் மறைந்து அது கங்கையாகவே ஆகிவிடுகிறது. யமுனையின் தூய நீர் கங்கையோடு கலக்கும் போதும் கங்கை கங்கையாகவே இருக்கிறது. அதன் புனிதத் தன்மை யமுனையினால் அதிகமாகவில்லை. காசி நகரத்துச் சாக்கடைகள் கங்கையோடு போய்த்தானே கலக்கின்றன? ஊரினது கழுநீர் எல்லாம் கங்கையோடு போய்க் கலந்தாலும் கங்கையின் பெயர் மாறவில்லை. அதன் புனிதத் தன்மையும் மாசுபடவில்லை. கங்கை கங்கையாகவே தூய நன்னீருடன் ஓடிக் கொண்டிருக்கிறது.

"கங்கையின் யமுனை போய்ச் சேருவதனால் கங்கை மாசு படவில்லை என்பதில் ஆச்சரியம் இல்லை; இனம் இனத்தோடு கலந்தது எனச் சொல்லலாம். தூய நீர் தூய நீரோடு கலக்கும் போது மாறுதல் எதுவும் ஏற்படுவதற்கு வழி இல்லை. கங்கை யோடு அதற்கு மாறான சாக்கடைகள் போய்க் கலப்பதனாலும் கங்கை மாறவில்லையே! அதுதான் கங்கையின் பெருமை

'ஊர்அங் கணநீர் உரவுநீர் சேர்ந்தக்கால்
பேரும் பெரிதாகித் தீர்த்தமாம்'

என்பது நாலடி. சாக்கடை என்ற பெயர் மாறித் தீர்த்தம் என்ற பெயர் வந்துவிடுகிறதாம்.

"எல்லா அழுக்கையும் போக்கி, தான் எப்போதும் தெளிந்த நிலையிலேயே இருக்கிறது கங்கை. கங்கையோடு நல்ல நீர்தான் கலக்கவேண்டும், அசுத்தமான அழுக்கு நிரம்பிய நீர் கலந்தால் அதன் புனிதத்தன்மை கெட்டுவிடும் என்பது இல்லை. அதைப் போலவே உன்னுடைய அறிவாகிய ஆறு அழுக்கு நீர் உடையதாக இருக்கிறதே என்று கலங்க வேண்டாம். அது கலப்பதனால் ஆனந்தவாரி கெட்டுப் போகாது."

ஆனந்தவாரியில் கலத்தல்

அழுக்கு நிரம்பிய அறிவு நீர் கொஞ்சமாக இருப்பதனால் அலை மோதுகிறது; கொந்தளிக்கிறது. அது பக்தித்துறை வழியாக ஆனந்தவாரியில் படிந்துவிட்டால் ஆனந்தவாரி கலங்காது. புத்தித் தரங்கம் தெளியும். கங்கை சாக்கடை ஆகாமல் சாக்கடைகள் கங்கை ஆவது போல, ஆனந்தவாரி கலங்காமல் உன் புத்தித் தரங்கம் ஆனந்தவாரியாகிவிடும். அழுக்கு நிரம்பிய உன்னுடைய புத்தித் தரங்கம் தெளியப் பக்தித் துறையிழிந்து, ஆனந்த வாரியோடு கலந்துவிடு. பக்தித் துறை அல்லாமல் வேறு பல துறைகளும் இருக்கின்றனவாயினும் அவற்றின் வழியே புகுவதற்கு நெடுங்காலம் பிடிக்கும். நிச்சயமாகப் போக முடியுமோ என்னவோ தெரியாது. ஆகவே அங்கே போய்ச் சேருவதற்கு மிக எளிதானதும் பக்கத்தில் உள்ளதும் பக்தித் துறைதான். அதன் வழியே சென்றால் மிக எளிதில் ஆனந்தவாரியோடு சிற்றாறு கலந்துவிடும். அப்புறம் அங்கே அறிவாகிய சிற்றாறே இராது. முன்னாலே இருந்த அடையாளம் கொஞ்சங்கூட இல்லாமல் ஆனந்த வாரியாகவே அது ஆகிவிடும். உன் புத்தித் தரங்கத்தின் நாற்றம் இராது. இப்போது அந்தப் புத்தித்தரங்கத்தில் களவு, விபசாரம், கோபம் போன்ற பல பல வாசனைகள் படிந்திருக்கலாம். ஆனால் ஆனந்தவாரியோடு கலந்துவிட்டால் இவ்வெல்லா

வாசனையும் போய்விடும். உன்னுடைய ஆற்றைப் போலவே எத்தனையோ ஆறுகள் முன்பே அதில் ஆனந்தவாரியாகவே ஆகியிருக்கின்றன. அதைப் போலவே உன்னுடைய ஆறும் ஆகும். ஆனந்தவாரி யோடு கலந்தவுடனே ஆனந்தவாரியின் மணந்தான் அடிக்கும்.

ஆகவே, ஆனந்தவாரியைச் சென்று சேர்வதற்குப் பக்தித் துறை யிழிந்து செல் அப்பா!' என்று அப்பெரியவர் சொன்னார்.

மேலே சொன்ன கதையையும், அருணகிரி நாதர் கூறும் பாட்டையும் சேர்த்துப் பார்க்கலாம்.

2

ஆறறிவுடைய மனிதன்

மனிதன் உலகத்தில் வாழ்கிறான். விலங்கினங்களும் வாழ்கின்றன. விலங்கினங்களைவிட மனிதன் உயர்ந்தவன். விலங்கினங்களுக்கு இல்லாத சிறப்பு மனிதனிடத்தில் என்ன இருக்கிறது? "மனிதனுக்கு மனம் இருக்கிறது; விலங்கினங் களுக்கு அது இல்லை" என்று சொல்லலாமா? தம் எசமானன் யார் என்பது அவற்றுக்குத் தெரிகின்றது. எசமானன் அடிக்க வருகிறான், தடவிக்கொடுக்க வருகிறான், உணவு போட வருகிறான், தன்னுடைய குட்டிக்குப் பால் கொடுக்க வேண்டும், என்ற எண்ணங்கள் அவற்றுக்கும் இருக்கும்போது அவற்றுக்கு மனம் இல்லை என்று சொல்லக் கூடாது. ஆனால் புத்திக்கூர்மை, அறிவு நுட்பம் இல்லை என்று சொல்லலாம். இதைச் செய்ய வேண்டும், இன்னதை ஒழிக்க வேண்டும் என்று பகுத்துப் பார்க்கின்ற நுண்ணறிவு, அறிவின் கொழுந்து, அவற்றினிடம் காணப்படவில்லை. மனிதனும் ஆராய்ந்து பார்க்கின்ற அறிவை விட்டுவிட்டால் விலங்காகத்தான் ஆகிறான்.

"தக்க இன்ன தகாதன இன்னவென்
றொக்க உன்னல ராயின் உயர்ந்துள
மக்களும் விலங்கே"

என்பர் கம்பர்.

விலங்கைக் காட்டிலும் மனிதன் உயர்ந்தவன் என்று சொல் வதற்குக் காரணம், பிராணிகளிடம் இருக்கும் ஐந்து அறிவையும் விடச் சிறந்த ஆறாவது அறிவாகிய பகுத்தறிவு அவனிடத்தில் இருக்கிறது.

கலங்கிய புத்தி

புத்தியில் எப்போதும் அலை அடித்துக்கொண்டிருக்கிறது. பல தரங்கங்களை உடையது புத்தி. இது நல்லது, இது கெட்டது என்று எண்ணி எண்ணித் திண்மையில்லாமல் ஐயம் அடைகிறது. அதனால் பிறவிக்குக் காரணமான பல இயல்புகளை மேற்கொண்டு பிறந்து இன்ப துன்ப வாழ்க்கையில் அல்லற்படச் செய்கிறது. எப்போதும் நிரதிசய ஆனந்தமுள்ள வேறோர் இடம் உண்டு. அதுதான் ஆனந்தவாரி. அதைச் சேர்ந்தால் பிறவி இல்லை. இன்ப துன்பம் இல்லை. இன்ப துன்பத்திற்கு அப்பாற்பட்டிருக் கிறது எதுவோ அதைத்தான் ஆனந்தம் என்று சொல்வார்கள். பிறந்து வாழ்ந்தாலும் இந்தப் பிறவிப் பிணியைப் போக்கும் ஆண்டவனது திருவருளைப் புணையாகக் கொண்டு, யார் பக்தித் துறையிழிந்து செல்கிறார்களோ அவர்கள் ஆனந்தவாரியை அடை வார்கள். அதற்கும் துணையாக இருப்பது புத்தி. பிறவிக் கடலைச் சேர்வதற்கு உரிய காரியங்களைச் செய்யத் தூண்டுகின்ற அறிவு எதுவோ, அதுவே பிறவியைத் தொலைத்து, இன்ப துன்பம் அற்ற ஆனந்த நிலையை எய்துவதற்குத் துணையாகவும் இருக்கிறது. சரியான தண்டவாளத்தின் மேல் தடம் புரளாது செல்கின்ற ரெயில்தான் பல்லாயிரக்கணக்கான மக்களை ஓரிடத்திலிருந்து பல மைல்கள் தாண்டிச் சென்று இறங்கப் பண்ணுகிறது. ரெயில் என்னவோ ஒன்றுதான். அலை மோதுகின்ற புத்தி எல்லாருக்கும் இருக்கிறது. ஆனால் அது செல்கின்ற துறை வேறுபடுவதனால் பிறவி உண்டாகிறது.

நீருக்கு நிறம் இல்லை; சுவை இல்லை என்று சொல்வார்கள். ஆனால் கரிசல் மண்ணில் ஊறுகின்ற நீர் கருமையாகவும், உவர்ப்பு மண்ணில் ஊறுகின்ற நீர் உப்புச் சுவையுடையதாகவும் ஆகின்றன. புத்தியாகிய ஆறு பிறவிக் கடலைச் சேர்வதற்கான துறைகளின் வழியே செல்வதனால்தான் காமம், மோகம், மதம், மாற்சரியம் முதலியவற்றினால் கலங்கி நாற்ற மெடுக்கிறது. பிறவித் துன்பத்தை மாற்ற வேண்டுமானால் புத்தித்தரங்கம் பக்தித் துறை வழியே செல்லும்படி செய்ய வேண்டும்.

நம்முடைய அறிவினால் துன்பம் வருவதால் நமக்கு அறிவே வேண்டாம் என்று சொல்ல முடியுமா? 'ரெயிலில் சென்றதனால் தான் அரியலூர் விபத்துக்கு உள்ளாகும்படி நேரிட்டது; இனி ரெயிலிலேயே ஏறக்கூடாது' என்று யாராவது சொல்வார்களா? அறிவு தவறான வழியில் செல்லும்போதுதான் துன்பம் ஏற்படுகிறது. நேரான வழியில் சென்றால் நன்மை உண்டாகும்.

கற்றல் முதலிய நான்கு

கற்றலை விடக் கேட்டல் சிறந்தது என்று சொல்வார்கள். பேசுகின்றது ஒரு பங்கு என்றால் கேட்பது இரண்டு பங்காக இருக்க வேண்டும் என்பதற்காகவே ஆண்டவன் பேசுவதற்கு ஒரு வாயைக் கொடுத்துவிட்டுக் கேட்பதற்கு இரண்டு செவிகளை வைத்திருக்கிறான் போலும்! கேட்டதைச் சிந்தித்துப் பயன் அடைகிறவர்களுக்குக் கேள்வி சிறந்தது. மாடு நன்றாக மேய்ந்துவிட்டுத் தனிமையான ஓர் இடத்தில் போய்ப் படுத்து அசை போடுவது போல, நல்ல பொருள்களைக் கேட்டுவிட்டுப் பின்பு எல்லாவற்றையும் ஒன்றாகத் தொகுத்துச் சிந்தித்துப் பார்க்கும்போதுதான் பயன் உண்டாகிறது. அதைச் சிந்தனை என்று சொல்வர். முதலில் கேட்டல்; கேட்ட பிறகு கேட்டதை எல்லாம் ஒன்றாகத் தொகுத்துச் சிந்தித்தல். கடை வியாபாரி பகலில் கடையில் வியாபாரம் செய்துவிட்டு இரவில் பணத்தை வீட்டில் வைத்துக்கொண்டு நூறு ரூபாய் நோட்டுகளை எல்லாம்

தனியாகவும், சில்லறைகளைத் தனியாகவும், செல்லாக் காசுகளைத் தனியாகவும் வைத்துவிடுவது போல, கருத்துக்கு ஒவ்வாதன வற்றை ஒதுக்கிவிடுவார்கள் அறிவாளிகள்.

காதினாலே கேட்டவற்றை எல்லாம் ஒன்றாகத் தொகுத்துச் சிந்தித்தால் போதுமா? சிந்திப்பதனால் தெளிவு ஏற்பட வேண்டும். இப்படிக் கற்றல், கேட்டல், சிந்தித்தல், தெளிதல் என்று நான்கு படிகள் சொல்வார்கள். கேட்டபோதே தெளிவு பிறவாது. கேட்டதை நன்றாகச் சிந்திக்கும்போதுதான் பிறக்கும். அந்தத் தெளிவு ஏற்படா விட்டால் கற்பதாலும் கேட்பதாலும் எவ்விதப் பயனும் இல்லை.

தெளிவு ஏற்பட்ட பிறகு மேற்கொள்வது நிஷ்டை. சத்தியத்தை அடைவதற்குரிய சாதனங்கள் எல்லாமே நிஷ்டை. இறைவன் திருவருளைப் பெறுவதற்கு உரிய முயற்சி அது. தெளிவு வந்த பிறகே அத்தகைய முயற்சியில் ஈடுபட முடியும். கற்றல், கேட்டல், சிந்தித்தல், தெளிதல், நிஷ்டை, அநுபவம் என்ற வரிசை கற்றலிலிருந்து தொடங்குகிறது. கேட்பதனால் சிந்தனை ஏற்பட்டு, அதனால் தெளிவு ஏற்பட்டு, நிஷ்டை கூடிய பிறகு அநுபவம் சித்திக்கிறது. புத்தி தெளியாமல் இருந்தால் முயற்சி பயன் பெறாது. ஒரு நிமிஷம் ஞானம் தோன்றும். அடுத்த விநாடியே, 'கடவுளாவது! மண்ணாவது! அப்படி ஒன்றும் இல்லை. வயிற்றுப் பிழைப்பை எண்ணிப் பலர் அப்படிப் பேசி வருகிறார்கள்" என்று சொல்லத் தோன்றும்.

இதற்குக் காரணம் என்ன? புத்தி என்ற ஆறு அத்தனை கலக்கம் உடையதாய் இருக்கிறது. புத்தித் தரங்கம் தெளிந்தால்தான் பிற்பாடு அநுபவம் சித்திக்க வழி ஏற்படும். எப்படித் தெளிவு பெறுவது? ஞானவிசாரத்தாலே பெறலாமா, கர்ம யோகத்தாலே பெறலாமா என்று தவிக்கின்ற மக்களுக்கு, எளிமையான வகையில் தெளிவை ஏற்படுத்திக் கொள்ளலாம் என்று அருணகிரியார் சொல்கிறார். பக்தித் துறையை அறிந்து அதன் வழியே சென்றால் ஆனந்தவாரியில் கலக்கலாம்.

அப்போது புத்தித் தரங்கம் தெளிந்து விடும். கலங்கி இருக்கும் புத்தி தெளிவதற்கு மிகச் சுலபமான வழி அதுதான்.

கண்ணப்பனும் சிவகோசரியாரும்

பக்தித் துறை இழிந்தால் பக்தன் ஆகிவிடுகிறான். பக்தியின் முடிவு ஆனந்தவாரியைச் சேர்வது. அதை அடைந்தபிறகு வேறு பாடு இல்லை. அந்தணராகப் பிறந்து வேதம் ஓதி இறைவனை வழிபட்ட சிவகோசரியாரும் இறைவனை அடைந்தார்; வேடு வனாகிய கண்ணப்பனும் அடைந்தான்.

கண்ணப்பன் ஆவதற்கு முன்னாலே திண்ணனாக இருந் தான். குழந்தைப் பருவத்தில் காட்டுக்கு விளையாடப் போனான். புலிக்குட்டியைக் கொன்று தோளில் போட்டு வந்தான். அது அவனுக்கு விளையாட்டு. பிராயம் முதிர்ந்தவுடன் வேட்டைத் தொழிலை மேற்கொண்டான். பல விலங்குகளைக் கொன்றான். கொல்வதே விளையாட்டாகவும் தொழிலாகவும் அவனுக்கு இருந்தது. அவன் கண்ணில் காளத்திநாதன் பட்டவுடனே அவனுக்குப் பெருமான்பால் அன்பு உண்டாகிவிட்டது. அவனை அருச்சித்து வழிபடும் எண்ணமும் அவனுக்கு உண்டாகியது.

ஆண்டவனுக்கு அருச்சனை செய்யக் குளித்துவிட்டு நந்த வனத்திற்குச் சென்று வாயை மூடிக்கொண்டு தூய்மையோடு வண்டு கிண்டி இதழ்கள் விரிவதற்கு முன்னே மலரைக் கொய்து கூடையில் எடுத்து வருவார்கள். ஆனால் திண்ணன் காளத்தி நாதனுக்கு எப்படி மலர் எடுத்து வந்தான்? மலரைப் பறித்துத் தன் கொண்டை மயிரையே குடலையாக வைத்துக் கொண்டு வந்தான்.

ஆண்டவனுக்கு அபிஷேகம் செய்யச் சிவகோசரியார் சுத்தமான நீரைத் தூய பாத்திரத்திலே எடுத்து வந்து, ருத்திரம், சமகம் முதலியவைகளைச் சொல்லி அபிஷேகம் செய்வது வழக்கம். திண்ணனோ அபிஷேகம் செய்யும் நீரைத் தன் வாயிலே எடுத்து வந்தான். ஆண்டவனுக்கு நிவேதனம் செய்யப் பன்றி மாமிசத்தைக் கொணர்ந்தான். அதையும்

கடித்துப் பார்த்துச் சுவைமிக்க பகுதியாக எடுத்து வந்தான். அபிஷேகத்திற்கு எடுத்து வந்த மலர் அழுக்கு. நிவேதனத்திற்கு எடுத்து வந்த பன்றி மாமிசம் ஒரே அழுக்கு. இருந்தாலும் அவை எல்லாம் பக்தித் துறை வழியாகப் புகுந்தன. இறைவனாகிய ஆனந்தவாரியோடு சங்கமம் ஆயின.

ஒரு புலவர் பாடுகிறார்:

"தருமம் தவஞ்சற் றறியாத வேடுவன் தன்செருப்பு
மருமுந்து வேணிக் கணிமா மலர், அவன் வாய்உதகம்
திருமஞ் சனப்புனல், பல்லால் அவன்மென்று தின்றதசை
அருமந்த போனகம் அன்றோநம் காளத்தி அப்பனுக்கே."

சிவகோசரியாரும், கண்ணப்பனும் பக்தித் துறையில் இழிந்து ஆனந்தவாரி படிந்தவர்கள். அந்தத் துறையில் இழிவதற்கு முன் அவர்கள் இயல்பிலும் பழக்க வழக்கங்களிலும் வேறுபாடு இருந்தாலும் அதன்பின் அவர்களுள் வேறுபாடு இல்லை.

அறிவு கலங்கியிருக்கிறதே இது தெளிவடைந்த பின் பக்தி செய்ய லாம் என்று இராமல், புத்தித்தரங்கம் தெளியாமல் இருந்தாலும் அத்துறையில் இறங்கினால் ஆனந்த வாரியோடு கலக்கலாம். அக்கணமே தெளிவு உண்டாகும். "நான் இந்தத் தெளிவை அடைவது எப்போது?" என்று வேசாறுகிறார் அருணகிரியார்.

பத்தித் துறைஇழிந் தானந்த வாரி படிவதனால்
புத்தித் தரங்கம் தெளிவதென்றோ?

சூர சங்காரம்

இந்தக் கேள்வியை முருகனைப் பார்த்துக் கேட்கிறார்.

பொங்கு வெங்குருதி
மெத்திக் குதிகொள்ள, வெஞ்சூ ரனைவிட்ட சுட்டியிலே
குத்தித் தரம்கொண்டு அமரா வதிகொண்ட கொற்றவனே

முருகன் சுட்டி என்ற ஆயுதத்தை ஒரு முறை விட்டான். அது சூரனைக் குத்தியது. வெம்மையான குருதி பொங்கியது; அது வெள்ளமாக மிக்குக் குதிகொண்டது. இப்படி மேன்மையை அடைந்தான் முருகன்; சுட்டி என்பது குத்தீட்டிக்குப் பெயர்.

இந்திரனுக்குச் சொந்தமாக இருந்த தேவலோகத்தைச் சூரபன்மன் கைக்கொண்டு ஆண்டான். அவனைச் சங்காரம் செய்து அமராவதியைக் கைப்பற்றினான் முருகன். தாம் இழந்த நாட்டைச் சூரனோடு பொருது மீட்கும் வழி தெரியாமல் திண்டாடினர் தேவர். இந்திரன் தன் சிங்காதனத்தையும் இராசதானியையும் இழந்து தவித்தான். முருகனிடம் யாவரும் சரண் அடைந்தனர். அப்பெருமான் அவர்களுக்காகச் சூரனை அழித்து அமராவதியாகிய இந்திரனது இராசதானியை மீட்டான். இந்திரனுக்கு வழங்குவதற்காகவே அதைக் கைக்கொண்டான். அசுரராட்சிக்குட் பட்ட அமராவதியை மீட்டும் சுரர் ஆட்சிக்கு உட்படுத்தினான். அவன் அழுக்குக் கடலிலே கலக்கச் செல்கிற புத்தியை ஆனந்த வாரியில் கலக்க வழி காட்டுவான் என்ற நம்பிக்கையோடு இந்த விண்ணப்பத்தைச் சமர்ப்பிக்கிறார்.

பத்தித் துறைஇழிந்து ஆனந்த
வாரி படிவதனால்
புத்தித் தரங்கம் தெளிவதுஎன்
றோ? பொங்கு வெங்குருதி
மெத்திக் குதிகொள்ள வெஞ்சூ
ரனைவிட்ட சுட்டியிலே
குத்தித் தரங்கொண்டு அமரா
வதிகொண்ட கொற்றவனே!

[பொங்கிய வெம்மையான இரத்தம் மிகுதியாகக் குதிக்க, வெவ்விய சூரனை, தான் ஏவிய சுட்டியென்னும் படைக்கலத்தால் குத்தி, அதனால் உண்டான சிறப்பை மேற்கொண்டு அமராவதியைக் கைக்கொண்ட வெற்றி மிடுக்குடைய பெருமானே! பத்தி என்னும் துறையில் இறங்கி ஆனந்தமென்னும் கடலில் படியும் முறையினால் என்னுடைய புத்தியாகிய சிற்றாற்றிலுள்ள அலைகள் தெளிவது என்றைக்கோ?

இழிந்து - இறங்கி.வாரி - கடல். தரங்கம் - அலை. மெத்தி மிகுதியாகி. சுட்டி - குத்தீட்டி. தரம் மேன்மை; சிறப்பு. அமராவதி இந்திரனது இராசதானி. கொற்றம் - வெற்றி. கொற்றவன் - வெற்றியை உடையவன்]

இரண்டு ஆறுகள்

முன் பாட்டிலே அருணை முனிவர் புத்தித் தரங்கம் தெளிவதற்குப் பக்தித் துறை இழிந்து ஆனந்தவாரி படியவேண்டும் என்றார். ஒரு பொருளைச் சொன்னால் அதைச் சார்ந்துள்ள பொருள்களின் நினைவும் உடன் வரும். அதைப் போலவே முன் பாட்டில் ஆனந்தவாரியைச் சொன்னவர் அடுத்த பாட்டில் இரண்டு ஆறுகளைப் பற்றிச் சொல்கிறார். ஒன்று நம்முடைய வாழ்க்கையாகிய ஆறு; மற்றொன்று காவிரியாறு.

மனிதன் தன் வாழ்நாளில் காமத்தினால் அடைகின்ற துன்பம் கொஞ்ச நஞ்சம் அல்ல. உலகத்து மக்கள் எல்லாம் பெரும்பாலும் காமத்திற்கும், செல்வத்திற்கும் அடிமைப்பட்டுக் கிடக்கிறார்கள். மக்கள் இறைவன் திருவருளைப் பெறாமல் இருப்பதற்குத் தடையாக உள்ளவை அவை இரண்டும். காமினீ காஞ்சனம் என்று அடிக்கடி சொல்வார் இராமகிருஷ்ண பரமஹம்சர். 'அவை இரண்டுமே உலகத்தை இருள் உலகம் ஆக்குபவை. இந்த காமினீ காஞ்சனம் ஆகிய இரண்டையும் யார் வென்று விடுகிறார்களோ அவர்களுக்கு ஆண்டவன் திருவருள் கைமேல் கிடைக்கும்" என்பதற்குப் பலவகையான உதாரணங்களை எடுத்துக் காட்டியிருக்கிறார்.

செல்வப் பற்று

மனிதனுக்குப் பருவத்திலே துன்பம் தருவது காமம். எல்லாப் பருவத்திலும் மக்களை மாயையின் பிரதிநிதியாக இருந்து ஆட்டி வைப்பது செல்வம். செல்வத்தினிடம் மக்களுக்கு அவ்வளவு பற்று இருப்பதற்குக் காரணம் என்ன?

இந்திரியங்களால் பெறுகின்ற இன்பங்களுக்குக் காரணமாகிய பண்டங்களை மிகுதியாக ஒருவன் சேர்த்து வைத்துக்கொள்ள முடியாது. பாதாம் ஹல்வாவும் இட்டிலியும் நாக்குக்குச் சுவையாக இருக்கின்றன என்று ஓர் ஆண்டிற்கோ, ஒரு மாதத்திற்கோ வேண்டிய அளவு யாராவது சேர்த்து வைத்துக் கொள்ள முடியுமா? மூக்குக்கு நல்ல மணத்தைத் தருகின்றது மலர் என்று கொண்டு வந்து சேர்த்து வைத்துக் கொண்டால் எவ்வளவு நாளைக்கு வாடாமல் இருக்கும்? இந்திரியங்களின் நுகர்ச்சிக்கு உரிய பண்டங்களை வேண்டும் போது வேண்டிய அளவில் பெறுவதற்கு உரிய கருவியாக இருப்பது செல்வம். செல்வம் இருந்தால் எந்தக் காலத்திலும் இந்திரிய நுகர்ச்சிக்கு உரிய பொருளாக அதை மாற்றிக் கொள்ளலாம். எந்தச் சமயத்திலும் எந்தப் பொருளையும் வாங்கிக் கொள்ளலாம். அதனால் தான் செல்வத்தைச் சேர்ப்பதில் அத்தனை ஆர்வம் மக்களுக்கு இருக்கிறது.

மனிதன் தனக்கு வேண்டிய அத்தனை பண்டங்களையும் பணத்தாலே பெற்றுவிடலாம். பழங்காலத்தில் பெண்மை நலம் போன்ற சிலவற்றைப் பணத்தால் பெற முடியாது. நினைத்த பெண்களை நினைத்தபொழுது பணத்தால் மணக்க முடியாது. ஆண்டவனிடத்தில் அடிமை செய்கிற மனசைப் பணத்தால் மாற்ற முடியாது. அந்தக் காலத்திலேயே செல்வத்திற்கு எத்தனையோ ஆற்றல் இருந்தது என்று சொல்கிறார்கள். எல்லாவற்றையும் பணத்திற்கு விற்றுவிடும் காலம் இது. 'நமக்கு என்று ஒரு கொள்கை இல்லாமல், ஒரு கட்டுப்பாடு இல்லாமல் பணத்தால் யாரும் எதையும் சாதித்துவிடலாம். பணம் இருந்தால் போதும்; இந்திரியங்களின் நுகர்ச்சிக்குத் தேவையான எல்லாப் பொருளையும் பெற்றுவிடலாம்' என்ற செருக்கேறியிருக்கிற காலம் இது.

**"அருளிலார்க் கவ்வுலகம் இல்லை பொருளிலார்க்
கிவ்வுலகம் இல்லாகி யாங்கு"**

என்று வள்ளுவர் சொல்கிறார். நிச்சயமாகச் செல்வந்தான் இவ் வுலகத்தை ஆளுகிறது. ஆகவே மலை மலையாகக் குவிக்க வேண்டுமென்ற வேட்கையினாலே பலர் பொருளை ஈட்டுகிறார்கள். அருளை அடைய இறைவனை வழிபட வேண்டுமானாலும், இறைவனுக்கு உற்சவங்கள் செய்வதானாலும் பணம் இல்லை என்றால் முடியாது என்கிற நிலைமை ஏற்பட்டு வருகிறது. இறைவனுக்கு அருச்சனை செய்ய வேண்டும்; நம் வீட்டுத் தோட்டத்திலே பூச்செடிகள் வைக்கவில்லை; கடைக்குச் சென்று காசு கொடுத்துப் பூ வாங்கி வரவேண்டி இருக்கிறது. இறைவனுக்குப் பால் அபிஷேகம் செய்ய வேண்டும்; நம் வீட்டிலே பசுமாடு வைத்திருக்கவில்லை; மாட்டுக்காரனிடம் பணம் கொடுத்துப் பால் வாங்கி அபிஷேகம் செய்கிறோம். இப்படி விலை கொடுத்து எல்லாப் பொருளையும் வாங்குகிற உலகத்தில் நினைத்தால் பொம்மை வாங்கலாம்; பெண்களை வாங்கலாம்; கோயிலை வாங்கலாம்; கடவுளையும் வாங்கிவிடலாம் என்கிற செருக்கு ஏறிக்கொண்டிருக்கிறது.

"முனிவரும் மன்னரும் முன்னுவ பொன்னால் முடியும்"

என்று மாணிக்கவாசகர் பாடுகிறார்.

அருளியல் வியாபாரம்

அந்தக் காலத்தில் கடவுளை வாங்கிய மனிதர்கள் இருந்தார்கள். அவர்கள் தம்மைக் கடவுளுக்கு விற்றுவிட்டுக் கடவுளைத் தாம் பெற்றார்கள்.

"தந்ததுன் றன்னைக் கொண்டதென் றன்னை"

என்று இந்த வியாபாரத்தைப்பற்றி மாணிக்கவாசகர் சொல்வார்.

சகாதேவன் கடவுளை வாங்கினான்; பிரகலாதன் வாங்கினான்; அப்பர் சுவாமிகள் வாங்கினார்.

அவர்கள் செய்த வியாபாரம் எத்தகையது? இந்த உலக இயலிலே ஒரு பண்டத்தைக் காசு வாங்கிக் கொண்டு ஒருவனுக்கு விற்றுவிட்டால் இவனிடம் காசுதான் இருக்கும். பண்டம் வாங்கினவனிடத்தில் போய்ச் சேர்ந்துவிடும். ஒருவனிடம் ஒரு டார்ச்சு விளக்கு இருக்கிறது. இருளில் போய்க் கொண்டிருக் கிறான். எதிரே வருகிறவன் ஒருவனிடம் இருந்த டார்ச் எரியவில்லை. "அப்பா! உன் விளக்கைக் கொடு" என்று இவனிடம் இருப்பதை அவன் வாங்கிப் போய் விட்டால் இவனிடம் வேறு விளக்கு இல்லாமல் இவன் இருளில் தடுமாறவேண்டியதுதான். உலகியல் வியாபாரம் இதைப் போன்றது. அருளியல் வியாபாரம் இத்தகையதன்று; அது உலகியலுக்கு மாறானது.

ஒருவனிடம் எரிந்து கொண்டிருக்கும் அகல் விளக்கு இருக்கிறது. எத்தனை விளக்கைக் கொண்டுவந்து வேண்டுமானாலும் அந்த அகல் விளக்கில் ஏற்றிக் கொள்ளலாம். அதே சமயம் இங்கேயும் விளக்கு இருக்கும். மற்றவர்களிடத்திலும் இந்த விளக்கிலே ஏற்றிய விளக்குகள் இருக்கும். அதைப் போலவே அருளியல் உலகில் வியாபாரம் செய்கிறவர்கள் தங்களிடத்தி லுள்ள பொருளைத் தங்களிடத்தில் இருக்கும்போதே பிறருக்கும் கொடுப்பார்கள். இது மிக அற்புதமான வியாபாரம். வியாபாரி தம்மிடத்தில் உள்ள பொருளைச் செலவழிக்காமலேயே அதை விற்று லாபம் அடைவதென்றால் ஆச்சரியமாக இல்லையா? பிர பஞ்சத்திலே இதைப்போன்ற வியாபாரம் வேறு எதுவும் இல்லை. இத்தகைய அருள் வியாபாரிகள் கூட்டத்தைச் சேர்ந்தவர் அருண கிரியார். அவர்களுக்குப் பொருளினிடம் மோகம் இல்லை.

காந்தியடிகளின் பெருமை

வாழ்க்கையின் ரூபாய், அணா, பைசாதான் எல்லாம் என்று நாம் நினைக்கிறோம். பணம் இல்லாவிட்டால் வாழ்வே இல்லை, மதிப்பே இல்லை என எண்ணிப் பணத்திற்காகவே பேயாகப் பறக்கிறோம். இது பொய் என்று பெரியவர்கள்

சொல்கிறார்கள். மகாத்மா காந்தி இறக்கும்போது அவரிடம் ஆறு ஏழு சாமான் களே சொந்தமாக இருந்தன என்பதை நாம் பார்த்தோம். அவர் செல்வத்தை வைத்துக்கொண்டு வாழவில்லை. ஆனால் செல்வம் அவர் காலடியில் வந்து விழுந்து கிடந்தது. அவர் பரமேசுவரனைப் போல வாழ்ந்தார். பரமேசுவரன் கையில் கபாலம் ஏந்தி, இடை யில் புலித்தோல் உடுத்து, மேனியெல்லாம் சுடலைப் பொடி பூசி ஆண்டியாகத் திரிகிறான். அவனுடைய நண்பன் குபேரன். எத்தனை பணம் வேண்டுமானாலும் பரமேசுவரனுக்குக் கொண்டு போய்க் கொட்ட ஆயத்தமாகத் தன் கருவூலத்தைத் திறந்து வைத்துக் கொண்டிருக்கிறான். யாராவது குபேரனுக்குப் பரமேசுவரன் நண்பன் என்று சொல்கிறார்களா? குபேரனால் பரமேசுவரனுக்குப் பெருமை உண்டா? இல்லை. குபேரன் தன்னைப் பரமேசு வரனுடைய நண்பன் எனச் சொல்லிப் பெருமைப்படுகிறான்.

நம்முடைய வாழ்நாளில் பிர்லா என்ற குபேரனைப் பார்த்தோம்; காந்தியடிகள் என்ற பரமேசுவரனையும் பார்த்தோம். யாராவது பிர்லாவுக்குக் காந்தியடிகள் நண்பர் என்று சொன்னது உண்டா? பிர்லாவைச் சொல்லும் போது காந்தியடிகளின் சிஷ்யர் என்று சொன்னார்கள். செல்வம் மதிப்பை உண்டாக்காது என்பதை நமக்குப் பிரத்தியட்சமாகக் காட்டியவர் காந்தியடிகள். அதை நாம் பார்த்த பிறகாவது நமக்குச் செல்வத்தினிடத்தில் மதிப்பு இல்லா மல் இருக்கிறதா?

செல்வத்தை அவமதிக்க வேண்டும் என்று நான் சொல்ல வரவில்லை. அதை அளவுக்கு மிஞ்சி மதிக்கக் கூடாது. மதிப்பு வைப்பதற்குரிய பிற பொருள் இருக்கும்போது அதை மறந்து செல்வத்தையே மதித்து வாழ்கிறோம். அவ்வாறு மதிப்பதற்கும் ஓர் அளவு இருக்க வேண்டாமா? அந்த அளவை மீறும்போது தீங்கு உண்டாகிறது.

கருத்தில் செல்வம்

எந்தப் பொருளை எந்த இடத்தில் வைத்துப் பார்க்கிறோமோ அதற்கு ஏற்பத்தான் அதற்கு மதிப்பு. நமது கருத்தில் வைக்க வேண்டிய பொருளைக் கையில் வைத்துக் கொள்கிறோம். கையில் இருக்கவேண்டிய பொருளைக் கருத்துப் பொருளாக்கிக் கொண்டு திண்டாடுகிறோம். இதனால் ஏற்படும் துன்பந்தான் உலக வாழ்க்கை யில் மிக அதிகம்.

கப்பல் போகும்போது கடல் கொந்தளிக்கிறது. அலை எத்தனை தான் நான்கு தென்னை மரம் உயரம் எழும்பிக் கொந்தளித்தாலும் கப்பலில் ஓட்டை இல்லாத வரைக்கும் பயம் இல்லை. ஆனால் கடல் மிக அமைதியாக இருக்கிறது என்றாலும் கப்பலில் சிறிய ஓட்டை இருக்குமானால் கடல் நீர் உள்ளே வந்துவிடும். தண்ணீர் வெளியே எத்தனைதான் கொந்தளித்துக் கொண்டிரந்தாலும் கவலை இல்லை. தண்ணீர் கப்பலுக்குள் வரத் தொடங்கினால் கப்பலுக்கே ஆபத்து.

வாழ்க்கைக்குத் தேவையானது செல்வம். செல்வம் நம் கையில் இருக்கிற வரைக்கும் ஆபத்து இல்லை. செல்வம் கை அளவிலே இருப்பதோடன்றி, உள்ளே கருத்திலே புகுந்துவிட்டால் கப்பலுக்குள் தண்ணீர் புகுந்ததுபோலத்தான். கைப்பொருளாக வைக்க வேண்டி யதைக் கருத்துப் பொருளாக வைக்கக் கூடாது. கருத்துப் பொருளாக ஏறிவிட்டால் அது கருத்திற்குரிய மற்றப் பொருளை எல்லாம் அழித்துவிடும். ஆகவே அதைச் செய்யக் கூடாது என்று நமக்குச் சொல்ல வருகிறார் அருணை முனிவர். அதை அலங்காரமாகச் சொல்கிறார்.

வாழ்க்கையாறு

நமது வாழ்க்கை ஒரு பேராறு. இது சென்று கொண்டே இருக்கும்பொழுது மரணம் என்கின்ற பெரிய ஏரிகளில் புகுந்து புகுந்து மறுபடி வெளிப்பட்டு வந்து கொண்டே இருக்கும்.

பெரும்பாலும் காட்டாறுகள் வறண்டு கிடக்கும். வெள்ளம் வந்தால் மேடு பள்ளமாகிவிடும். கரைகளை உடைத்துக் கொண்டு பல ஊர்களையே அழித்துவிடும். வயல்கள் மணல் மேடாகி விடும். இப்படிக் காட்டாற்றில் வெள்ளம் வருவது போலவே செல்வம் வருகிறது. எவ்வளவுதான் பொருளாதாரத் தத்துவம் படித்தாலும் யாராலும் நினைத்தபொழுது நினைத்த அளவு செல்வத்தைப் பெற முடிவதில்லை. திடீரென்று வெள்ளத்தைப் போலவே அது வருகிறது. வந்த இடம் தெரியாமல் வடிந்தும் போகிறது. 'செல்வம்' என்ற சொல்லுக்கே, 'போவோம்' என்று பொருள்.

"நிறைசெல்வம், நீரில் சுருட்டும் நெடுந்திரைகள்"

என்று குமரகுருபர முனிவர் சொல்கிறார். அவர் பாடுவதற்கு முன்பே பாடியிருக்கிறார் அருணகிரியார்.

"சுழித்தோடும் ஆற்றில் பெருக்கா னதுசெல்வம்."

இரண்டு ஆறுகள். ஒன்று நாம் காணாத ஆறு. ஆனால் அந்த ஆற்றில்தான் நாம் அமிழ்ந்திருக்கிறோம். அதுதான் நமது வாழ்க்கை ஆறு. நல்ல ஆறு என்பது இரண்டு கரையும் சரியாக இருந்து, எந்த இடத்திலும் தங்காமல், குழம்பித் தேங்கி நிற்காமல் நேராகச் சென்று கடலில் போய் விழும். அப்படி இல்லாவிட்டால் கொந்தளிப்பு நிரம்பிய கடலில் போய் விழுவதற்குள் தனக்குள் பலரை விழப்பண்ணும். நமது வாழ்க்கையாகிய ஆறு பெரிய காட்டாறாக இருக்கிறது அதில் திடீர் திடீரென்று செல்வமாகிய வெள்ளம் வருவதும், வந்த சுவடு தெரியாமல் வடிவதுமாக இருக்கிறது.

'எனக்கு அவனைத் தெரியும் அப்பா! எங்கள் தகப்பனா ரிடத்தில் கடன் வாங்கி அந்தக் கடையைத் திறந்தான். இன்று லட்சாதிபதி ஆகிவிட்டான்" என்று ஒருவனுடைய வாழ்க்கை யாற்றில் வெள்ளம் வந்ததைப் பற்றிப் பேசுவதைக் கேட்கிறோம்.

"அடேயப்பா! உட்கார்ந்து சாப்பிட்டாலும் மூன்று தலைமுறை களுக்குச் சாப்பிடலாமே! அத்தனை சொத்து அல்லவா அவனிடம் இருந்தது? எப்படி அவன் இந்தக் கதிக்கு வந்தான்? மாட மாளிகையில் வாழ்ந்தவன் நடுச்சந்தியில் நிற்கிறானே!" என்று ஒருவனுடைய வாழ்க்கை ஆற்றில் வெள்ளம் வடிந்ததைப் பற்றிப் பேசுவதையும் கேட்கிறோம்.

கடலில் சேரும் ஆறு

செல்வம் என்பது திடீரென்று வருகின்ற பெருக்கு. பெருக்கு வரும்போது செருக்கும் வருகின்றது. வாழ்க்கையாற்றில் அந்தப் பெருக்கு வருகிறது. அந்த ஆற்றுக்கு இன்பம் துன்பம் என்று இரண்டு கரைகள். ஆற்றிலே போகின்ற வெள்ளம் கரைகளை நோக்கிப் பாய்ந்தால் அவை உடைத்துக் கொள்ளும். கரைகளை அடுத்துள்ள கிராமங்கள் அழிந்துவிடும். ஆனால் நல்ல ஆறு, எத்தனை வெள்ளம் வந்தாலும் கரைகளைப் பார்க்காமல் தான் போய்ச் சேரவேண்டிய கடலையே பார்க்கும். வாழ்க்கையாகிய ஆற்றிலே செல்வமாகிய வெள்ளம் வரும்போது இன்பம், துன்ப மாகிய இரு கரைகளையும் பார்க்காமல், சென்று சேருகின்ற கடலைப் பார்த்து, லட்சியத்தைப் பார்த்துச் சென்றால் அந்த ஆறு நிச்சயமாகக் கடலைப் போய்ச் சேரும். அது நல்ல ஆறு ஆகும்.

வாழ்க்கையாறு கடவுள் என்ற கருணைக் கடலைப் போய்ச் சேரவேண்டும். கடலைப் போய்ச் சேருகின்ற ஆற்றிலே எத்தனை வெள்ளம் வந்தாலும் பயம் இல்லை. அலை மோதினாலும் பய மில்லை. கடலைப் போய்ச் சேரவேண்டுமென்ற நினைப்பு இல்லாத ஆறு வெள்ளம் வரும்போது கரைகளைத் தாக்கி உடைத்துக் கொண்டு பல விதமான நாசத்தை உண்டாக்குகிறது. வாழ்க்கை என்னும் பெரிய காட்டாற்றில் செல்வம் என்ற வெள்ளம் வரும் போது அது இன்பம் என்ற கரையையும், துன்பம் என்ற மற்றொரு கரையையும் மோதுகிறது.

முன்னை வினைப்பயன்

ஒரே நிலையில் இருக்கின்ற இரண்டு பேரைப் பாருங்கள். "இன்பத்தை அடைவதற்குக் காரணமான செயல் ஒன்றும் அவன் செய்யவில்லையே! இருந்தாலும் அவன் இன்பத்தை அநுபவிக் கிறானே! நான் துன்பத்தை அடைவதற்கு உரிய காரியம் எதையும் செய்யவில்லையே! நான் துன்பப்படுகிறேனே!" என்று சொல் பவர்கள் உண்டு. துன்பத்தை அடைவதற்குரிய காரியங்கள் எதையும் அவன் இப்பொழுது செய்யவில்லை என்பது உண்மை. முற்பிறவியில் செய்திருக்கிறான். செய்யும்போது நாம் தீய செயல்களைச் செய்கிறோம் என்று எண்ணுவதில்லை. செய்ததைச் செய்துவிட்டு அடுத்த பிறவியில் அதன் பயனை அனுபவிக்கும் போது அழுகிறோம். முன் செய்த வினை என்று உணர்ந்து, இப்போதாவது நல்லது செய்வோம் என்று இருப்பதில்லை.

பட்டினத்தார் வரலாறு

பட்டினத்தார் கதையில் ஒரு நிகழ்ச்சி வருகிறது. அவர் கப்பல் கப்பலாகச் செல்வத்தை ஈட்டி வாழ்ந்தவர். அவரிடம் இருந்த செல்வம் அவ்வூர் அரசனிடம் இருந்ததில்லை. சில சமயங்களில் கடன் வேண்டுமானால் அவ்வரசன் பட்டினத்துப் பிள்ளையை நாடுவான். அத்தனை செல்வத்தையும் உடையவராகிய பட்டினத்தார், "சுழித்தோடும் ஆற்றில் பெருக்கானது செல்வம்" என்பதை உணர்ந்து அதை விட்டவர். எல்லாச் செல்வத்தையும் விட்டுவிட்டு அவர் மரத்தடியில் கால்மேல் கால் போட்டுக் கொண்டு உட்கார்ந்திருந்தார். அவர் துறவியானது தெரிந்து வருந்திய அரசன் அவரை அழைத்து வரும்படி ஒருவனை அனுப்பினான். "செட்டியார் ஐயாவைக் கூப்பிட்டு வரச் சொல்கிறார் அரசர்" என்று சொல்லிக் கொண்டு அரண்மனை சேவகன் வந்தான். அவன் கூறியது எதுவும் தியானத்தில் இருந்த அவர் காதில் விழவில்லை. அடுத்தாற்போல ஓர் அதிகாரியை அனுப்பி வைத்தான் அரசன். பின்பு அமைச்சர்

ஓடிவந்தார். பட்டினத்தார் எழுந்திருக்கவில்லை. அவர் சொன்னதைக் காதில் வாங்கிக் கொள்ளவில்லை.

பிறகு அரசனே வந்துவிட்டான். அவர் பக்கத்தில் மெல்லச் சென்று நின்றான். அவருடைய தியானம் கலைந்த நேரத்தில், "தாங்கள் இந்தக் கோலம் கொண்டுவிட்டீர்களே! இதில் என்ன லாபத்தைக் கண்டீர்கள்?" என்று கேட்டான். அவர் உடனே, "நாம் இருக்க, நீர் நிற்க" என்றாராம். அரசன் அவரிடம் கடனாகப் பொருளை வாங்கினாலும் அவர் அவனுக்குப் பணிந்து நின்றார்

முன்பு. இப்போது அரசன் அருகில் நிற்க, அவர் எழாமல் கால் மேல் கால் போட்டுக்கொண்டு வீற்றிருந்தார்.

அவருக்கு உண்மையான பகுத்தறிவு இருந்தது. யார் கடவுளை நிச்சயமாக நம்புகிறானோ, யார் இன்ப துன்பத்திற்கு மூலகாரணம் உண்டென்று நம்புகிறானே அவன்தான் பகுத்தறிவாளி. பட்டினத்தடிகள் வாழ்க்கையில் எவ்விதத் தவறும் செய்யவில்லை. ஒரு முறை அவர்மேல் திருட்டுக் குற்றம் சாற்றித் தூக்கிலிடக் கொண்டு போனார்கள். தூக்கு மேடைக்கு முன்னால் நின்றார். அவர் செய்யாத திருட்டுக்கு அவருக்குத் தண்டனை கொடுக்கத் தூக்கு மரம் நின்றது. தம் வாழ்க்கை ஏட்டைப் புரட்டிப் பார்த்தார். அந்தத் துன்பத்தை அநுபவிப்பதற்குரிய காரியம் எதையும் அவர் செய்ததாகத் தெரியவில்லை. தமக்குத் தெரியாத பழங் கணக்கில் இதற்குக் காரணமான வினை இருக்கவேண்டும் என்று தெளிந்தார்.

"என்செய லாவது யாதொன்றும் இல்லை இனித்தெய்வமே
உன்செய லேயென்று உணரப்பெற் றேன்இந்த ஊன்எடுத்த
பின்செய்த தீவினை யாதொன்றும் இல்லை; பிறப்பதற்கு
முன்செய்த தீவினை யேஇங்ங னேவந்து மூண்டதுவே."

"இறைவனே! எனக்கென்று செயல் ஒன்று இருப்பதாக இப்போது எண்ணவில்லை. எல்லாம் உன் செயல் என்று உணர்கிறேன். இந்த உடம்பை எடுத்த பிறபாடு நான் செய்த தீவினை ஒன்றும் இல்லையே. நான் முன் பிறவியில் செய்த

தீவினை இப்படி வந்து மூண்டதுபோலும்" என்று பாடினார். உடனே தூக்குமரம் எரிந்துவிட்டது என்று கதை சொல்வார்கள்.

இன்பமும் துன்பமும்

இன்பம் துன்பம் ஆகிய இரண்டு விளைவுகளும் இப் பொழுது செய்கின்ற காரியங்களின் பலன் அல்ல. முந்திய பிறவிகளில் செய்திருக்கும் செயல்களின் பயன். அப்படி விளையும் இன்ப துன்பம் ஆகிய இரண்டு கரைகளுக்கும் உட்பட்டு வாழ்க்கை யென்றும் ஆறு செல்லும்போது இவ்விரண்டு கரை களையும் லட்சியம் செய்யாமல் இவற்றோடு மோதாமல் நேராகச் சென்றால் இறைவனாகிய கருணைக் கடலுடன் எளிதில் கலந்துவிடலாம்.

மிச்ர கர்மங்களின் பயனாக மனிதப் பிறவி வருகிறது. பாவத்தை மாத்திரம் செய்தவனாக இருந்தால் விலங்காகப் பிறப்பான்.

புண்ணியத்தை மாத்திரம் செய்தவனாக இருந்தால் தேவனாகப் பிறப்பான். புண்ணியம், பாவம் ஆகிய இரண்டையும் கலந்து கலந்து செய்ததனால் மனிதனாகப் பிறந்து, ஒரு பக்கம் இன்பம், ஒரு பக்கம் துன்பம் ஆகிய கரைகளை உடைய வாழ்க்கை ஆற்றில் செல்கிறான். இரண்டு பக்கமும் கரை உடையதுதான் ஆறு.

இன்பம் அடையும்போது நம்முடைய பெருமையால் இதனை அடைந்தோம் என்று செருக்கு அடைவதும், துன்பம் வரும்போது அதற்குக் காரணம் பிறரென்று எண்ணிக் கோபம் கொள்வதும் மனிதன் இயல்பு. இரண்டு நிலைகளிலும் முன்னை ஊழ்வினையே காரணம் என்று உணர்ந்து இறைவனை நினைக்க வேண்டும். இறைவன் தன்னை நினைப்பதற்காகவே துன்பத்தைக் கொடுக்கிறா னென்று பெரியவர்கள் எண்ணுவார்கள். துன்பம் வரும்போது, துன்பத்தைத் தந்த ஆண்டவனை மனத்தில் நினைக்கிறவனுக்குக் கோபம் வராது.

துன்பத்திற்கு உண்மையான காரணம் யாரோ, அவனைக் கோபிக்கலாம். துன்பத்திற்குக் காரணம் யார்? ஆண்டவன் அல்ல. வலக்கை இடக்கையை அடித்தது. வலக்கை முன் பிறவி; இடக்கை அடி வாங்குகிற இந்தப் பிறவி. முன் பிறவியில் நாம் செய்த தீவினைகளே இப்பிறவியில் நமக்குத் துன்பமாக விளை கின்றன என்பதை உணர்ந்தால் நம்மை நாமே கோபித்துக் கொள்ளவேண்டும்.

இரண்டு கரைகள்

வாழ்க்கையாகிய ஜீவநதிக்கு ஆண்டவன் இன்பம் துன்பம் என்ற இரண்டு கரைகளை வைத்திருக்கிறான். இந்தக் கரைகளை மீதூர்ந்து வருவது செல்வம் என்ற பெருக்கு. இந்தப் பெருக் கானது கரைகளை மோதினால் வாழ்க்கை அலங்கோலமாகிவிடும். இந்த வெள்ளப் பெருக்கைப் பார்த்து மயங்காது, பக்கத்திலுள்ள கரைகளைப் பார்த்துத் தேங்கிக் கிடக்காது, இவற்றை எல்லாம் கழித்து ஓடவிட்டால் ஆண்டவனாகிய கருணைக்கடலோடு கலக்கலாம்.

சுழித்தோடும் ஆற்றில் பெருக்கா
னதுசெல்வம்; துன்பம்இன்பம்
கழித்தோடு கின்றது எக்காலம் நெஞ்சே?

அருணை முனிவர் தம் நெஞ்சைப் பார்த்து உபதேசம் செய்கிறார். ஆயினும் நம் நெஞ்சங்களுக்குச் செய்த உபதேசம் அது.

கருணைக்கடல்

செல்வத்தைக் கண்டு மயங்கலாகாது. அது இன்று வரும்; நாளை மறையும். ஆற்றில் சுழித்தோடும் வெள்ளப் பெருக்கு வருவதுபோல வரும்; வெள்ளம் வடிவதுபோல வடிந்தும் விடும். இந்த ஆற்றுக்கு இன்பம்,துன்பம் ஆகிய இரு கரைகள் உண்டு. இந்த இரண்டையும் கழித்துவிட்டு வேகமாக நேரே போகவேண்டும். கடலில் கலக்கும்போது ஆறு கரைகளினின்றும் இழிந்துபோய்க் கலக்கும். கரை

இல்லையே என்று அப்போது நினைக்கக் கூடாது. இங்கே கரைகள் இருக்கின்றனவே என்றும் நினைக்கக் கூடாது. இந்தக் கரைகளுக்கு அடங்கி, இவற்றை மோதாமல் போனால் கரையற்ற கருணைக்கடலில் கலந்து விடலாம்.

வேகமாக எங்கும் நிற்காமல் நேராகப் போவதற்குத்தான் ஆறு என்று பெயர். தேங்கி இருந்தால் குட்டை. அதில் பாசி படரும். ஓடும் ஆற்றில் பாசி படியாது. அதைப்போல வாழ்க்கை யாகிய ஆறு செல்வப் பெருக்கால் குலையாமல் இன்ப துன்ப மாகிய கரைகளை மோதிக் கொண்டு தேங்காமல் அவற்றை எல்லாம் கழித்துவிட்டு நேராகச் சென்றால் அதில் பாசம் தங்காது. அந்த ஆறு எங்கே ஓடிப்போய்ச் சேரவேண்டுமென்பதைப் பின்னே பாடுகிறார்.

காவிரிச் செங்கோடன்

அவரைப் பார்த்து, 'செல்வத்தைக் கண்டு மயங்காமல், இன்ப துன்பங்களைக் கண்டு அஞ்சாமல் என்ன செய்யவேண்டும்? எங்கே போகவேண்டும்? கொஞ்சம் சொல்லுங்கள் சுவாமி!" என நாம் கேட்கிறோம் என்று வைத்துக்கொள்ளுங்கள். அவர் சொல்கிறார்.

கரிக் கோட்டுமுத்தைக்
கொழித்தோடு காவிரிச் செங்கோடன்
என்கிலை.

"நமக்கு இன்ப துன்பமற்ற நிலையைக் கொடுத்து ரட்சிக்கின்ற தந்தை ஒருவர் இருக்கிறார். அவர் எங்கே இருக்கிறார் தெரியுமா? ஓர் ஆற்றின் கரையில்தான் இருக்கிறார். காவிரி ஆற்றின் கரையில் திருச்செங்கோட்டில் இருக்கிறார்" என்று ஆரம்பிக்கிறார். 'மனமே! நீ திருச்செங்கோட்டில் உள்ளவன் என்று தியானிக்கவில்லையே!" என்று சொல்கிறார்.

காவேரிக்கும் திருச்செங்கோட்டுக்கும் பத்து மைல் தூரம் உண்டு. இந்தக் காலத்தவர்கள், "திருச்செங்கோடு காவேரி ஆற்றின் கரையில் இருக்கிறதா? அருணகிரியார் அந்த

ஊருக்கே போகாமல் இந்தப் பாட்டை எழுதியிருக்கிறார் போலிருக்கிறது'' என்று சொல்வார்கள். ஆனால் அந்தக் காலத்தில் யாரும் கால்நடைக்கு அஞ்சினவர்கள் அல்ல. அருணகிரிநாத சுவாமி கால்நடையாகவே பல தலங்களுக்குச் சென்றிருக்கிறார். அவருக்குத் திருச்செங்கோட்டு வேலனிடத்தில் அதிக ஈடுபாடு உண்டு. அக்காலத்துப் பெரியவர்கள் நடையில் சிறந்தவர்கள்; அவர்கள் நாள்தோறும் காலையில் காவிரியில் நீராடிவிட்டு ஆறெழுத்தைச் சொல்லிக்கொண்டே பத்து மைலையும் கால் நடையாகவே கடந்து வந்து, திருச்செங்கோட்டு வேலவனைத் தரிசிப்பார்கள். நமக்கு ஆண்டவன் காவிரியிலிருந்து பத்து மைல் தூரத்தில் இருப்பவனாகத் தோன்றுவான். ஆனால் முயற்சி உள்ளவருக்கு, பக்தி உள்ளவருக்கு, கால் பலத்தைப் பெற்றவருக்கு, அவன் காவிரியிலிருந்து காலடியில் தான் இருக்கிறான். ஆகையால் காவிரிச் செங்கோடன் என்றார்.

காவிரியின் பெருமை

அந்தக் காவிரி எப்படி வருகிறது? நாம் போகின்ற வழியில் ஒரு சின்ன பொத்தான் கிடந்தால் அதை எடுத்துப் பைக்குள் போட்டுக் கொள்கிறோம். அது தங்கப் பொத்தானும் அல்ல; தந்தப் பொத்தானும் இல்லை; பிளாஸ்டிக் பொத்தான். காவிரி யிலோ தந்தம், முத்து முதலியன வருகின்றன. அவற்றை எடுத்துப் பெட்டிக்குள் போட்டு வைத்துக்கொள்ள அது நிற்கின்றதா? இல்லை. தான் சென்று சேரவேண்டிய லட்சியத்தைக் குறிக் கொண்டு போய்க்கொண்டே இருக்கிறது.

காவிரியின் பெருமை கங்கைக்குக்கூட வராது என்று சொல்லலாம். அதனால் கங்கை தாழ்ந்தது என்று பொருள் அன்று. காவிரிக்கு அடியார்களுடைய சம்பந்தம் அதிகம். காவிரி ஆற்றின் இரு மருங்கிலும் எங்கே பார்த்தாலும் தலங்கள். கங்கைக் கரையில் காசி முதலிய சில தலங்களே இருக்கின்றன. ஆனால் காவிரி பிறக்கும் இடம் முதற்கொண்டு கடலில் புகுகின்ற புகார் நகரம் வரையிலும்

பல பல புண்ணிய தலங்கள் இருக்கின்றன. அந்தத் தலங்களுக்கு அடியார்கள் வருவார்கள். அவர்கள் நாள்தோறும் கும்பிடுவதனால் தலங்களுக்குப் பெருமை உண்டாகிறது. காவிரி நதியில் பல பல அடியார்களும்,முனிவர்களும், சமயாசாரியர்களும் வந்து வந்து நீராடி இறைவனை வழிப்பட்டிருக்கிறார்கள். அந்நீரெடுத்துச் சென்று இறைவனுக்கு அபிஷேகம் செய்திருக்கிறார்கள். ஆண்டவன் சம்பந்தமும், அடியார்களின் சம்பந்தமும் எப்போதும் இருப்பதனால் காவிரி மிகவும் சிறப்புடையது. அந்தக் காவிரி பெருமித நடை போட்டுக் கொண்டு வருகிறது.

காவிரியின் இயல்பு

கரிக்கோட்டு முத்தைக் கொழித்தோடு காவிரி.

கரிக்கோடு - யானையின் தந்தம். முதிர்ந்த யானைத் தந்தத்திலே முத்து விளையும் என்பார்கள். காவிரி நதி உற்பத்தி யாகின்ற மலைக் காடுகளில் யானைகள் பிறந்து வாழ்ந்து இறந்து படுகின்றன. அவற்றின் தந்தங்கள் இந்த ஆற்றிலே உருண்டு உருண்டு வருகின்றன. அதனால் அவை உடைந்து அவற்றில் இருக்கும் முத்துக்கள் அவ்வாற்றிலே சிதறுகின்றன. யானைத் தந்தத்திலே பிறக்கும் முத்துக்களைக் கொழித்து அரித்துக் கொண்டே காவிரி ஆறு போய்க்கொண்டிருக்கிறது. அம்முத்துக்களை அது சேமித்து வைப்பதில்லை.

அப்பர் செய்தது

அப்பர் சுவாமிகள் உலகத்து ஆசைகளைத் துறந்து உழவாரத் திருப்பணி செய்து கொண்டிருந்தார். அவருக்கு எந்தப் பொருளின் மேலும் ஆசை இல்லை என்பது இறைவனுக்குத் தெரியும். இருந் தாலும் உலகத்தாருக்குத் தெரிய வேண்டாமா? அதற்காக ஒரு பரீட்சை நடத்தினான். கல்லையும், முள்ளையும் செதுக்கி அடியார்கள் நடக்கும் பாதையைச் சுத்தம் செய்துகொண்டிருந்தார்

அப்பர் சுவாமிகள். அவர் வெட்டுகின்ற இடங்களில் பொன்னும் மணியும் கிடக்கும்படி செய்தான் இறைவன். 'இது மணி யாயிற்றே; இது பொன் ஆயிற்றே' என்று அப்பர் சுவாமிகள் எண்ணி அவற்றை வாரித் திரட்டிக் கொள்ளவில்லை. அடியார்கள் நடக்கும் இடத்தில் வெறும் கல் குத்துவது போலத்தானே மாணிக்கக் கல்லும் பொன் கட்டியும் குத்தும் என்று எண்ணிக் கல்லோடும் மண்ணோடும் சேர்த்து அவற்றையும் ஒன்றாகவே குவித்து அப்பால் கொண்டு போய்க் கொட்டினார். இப்படித்தான் அடியார்கள் இன்பத்தையும் துன்பத்தையும், செல்வத்தையும் கழித்துக் கொண்டே இருப்பார்கள்.

காவிரி கடலாகிய தன் தலைவனோடு கலப்பதற்காக நில்லாமல் வெகு வேகமாக ஓடிக் கொண்டிருக்கிறது. கரிக்கோட்டு முத்தை நின்று எடுக்காமல், அவற்றை அப்படியே கொழித்துக்கொண்டு ஓடுகிறது. மலரையும், தந்தத்தையும், முத்தையும், மணியையும் லட்சியம் செய்யாமல் ஓடுகிறது. அந்த ஆற்றின் கரையில் இருக்கிறான் நம்முடைய தலைவன். தான் இருக்கும் இடம் எல்லோருக்கும் தெரிவதற்காகத் திருச்செங்கோட்டு மலைமேல் இருக்கிறான்.

வேல்

செங்கோட்டில் இருப்பவன் யார்? செங்கோட்டு வேலன். எம்பெருமான் திருவுருவத்தில் வேலும் இருப்பதனால் செங் கோட்டு வேலன் என்றே சிறப்பாகச் சொல்வார்கள். "நாகாசல வேலன்" என்றும்,

"தெய்வத் திருமலைச் செங்கோட்டில் வாழும் செழுஞ்சுடரே வைவைத்த வேற்படை வானவனே"

என்றும் அருணகிரியார் கூறுவர்.

செங்கோட்டைப் பார்த்தால் போதாது.செங்கோடனிடத்தில் புகுகின்ற துறை ஒன்று இருக்கிறது. காவிரி ஆறு கடலோடு சங்கமம் ஆகும் துறை ஒன்று இருப்பது போலச் செங்கோடன்

என்ற கருணைக்கடலோடு நம் உள்ளம் சங்கமம் ஆவதற்கு இங்கேயும் ஒரு துறை இருக்கிறது. அதுவே நம்முடைய அவித்தை யாகிய இருளைப் போக்கி ஞான ஒளியைக் கொடுக்கக் கூடிய வேல். அந்த வேலை அவன் தன் திருக்கரத்தில் வைத்திருக் கிறான். செங்கோடனைத் தியானம் பண்ண அந்த வேல் உதவியாக இருக்கும். வேலின் பெருமை என்ன?

குன்றம் எட்டும் கிழித்தோடு வேல்.

சூரபன்மன் அரசாட்சிக் காலத்தில் அவனுக்கு எல்லைக் கற்களாக நின்ற அஷ்ட குலாசலங்களையும் அந்த வேல் கிழித் தோடிற்று; பொடி பொடியாக்கியது.

வாழ்க்கையாகிய ஆற்றில் மூழ்கிக் கிடக்கும் நாம் காவிரி ஆற்றை நினைக்க வேண்டும். அது ஒரு கணம்கூட எங்கேயும் நிற்பது இல்லை. எந்தப் பள்ளத்திலும் தேங்கிக் கிடப்பது இல்லை. யானைத் தந்தத்தின் முத்துக் கிடைத்தாலும், பொன் கிடைத்தாலும் அவற்றை அது லட்சியம் செய்வதே இல்லை. அவற்றைக் கொழித்துக்கொண்டு வேகமாகக் கடலோடு சேரப் போய்க் கொண்டே இருக்கிறது. அதைப் பார்க்கும் போதாவது நாம் சென்று சேரவேண்டிய கருணைக்கடலாகிய செங்கோடன் நினைவு வருகிறதா? அவனோடு சங்கமம் ஆவதற்கு உரிய துறையாகிய வேல் நினைவுக்கு வருகிறதா?

"வாழ்க்கையாகிய சுழித்தோடும் ஆற்றில் பெருக்குப் போல வருகின்ற செல்வத்தை மதித்து மயங்கி நிற்கக் கூடாது. அவ்வாற்றின் கரைகள் போலுள்ள இன்ப துன்பத்தைக் கண்டு அஞ்சி நிற்கலாகாது. நடுவிலே தேங்கினால் பாசியாகிய பாசம் பிடிக்கும். வேகமாக ஓடுகின்ற ஆற்றில் பாசி படராது. பெருக் காகிய செல்வத்தையும், இன்ப துன்பமாகிய கரைகளையும் கழித்துவிட்டுக் கொண்டு நேராகச் செங்கோடனாகிய கடலோடு கலக்க அவன் திருக்கை வேலாகிய துறையைச் சென்று அடை வது எக்காலம்? செங்கோடனை நினையாமல், அவன் திருக்கை வேலை நினையாமல், செல்வத்தில் மயங்கி,

இன்ப துன்பக் கரைகளை மோதிக்கொண்டு வாழ்க்கையில் பாசம் படரத் தேங்கிக் கிடக்கிறாயே! நமக்கு முத்தி எப்படிக் கிட்டும் மனமே!" என்று அருணகிரியார் இப்பாட்டில் பாடுகிறார்.

சுழித்தோடும் ஆற்றில் பெருக்கா
னதுசெல்வம்; துன்பம்இன்பம்
கழித்தோடு கின்றதுஎக் காலம்?நெஞ்
சே!கரிக் கோட்டுமுத்தைக்
கொழித்தோடு காவிரிச் செங்கோடன்
என்கிலை; குன்றம்எட்டும்
கிழித்தோடு வேல்என் கிலை;எங்ங
னேமுத்தி கிட்டுவதே?

[சுழிகளைச் சுழித்து ஓடுகின்ற வாழ்க்கை ஆற்றிலே வெள்ளம் போல் வந்து போவது செல்வம்; அந்த ஆற்றின் கரைகளைப் போன்ற துன்பம் இன்பம் என்னும் இரண்டையும் கடந்து ஓடுகிறது எந்தக் காலம்? நெஞ்சமே! யானையின் கொம்பிலே விளைந்த முத்துக்களை அரித்துக் கொண்டு ஓடும் காவிரியாற்றுக்கு அருகில் உள்ள திருச்செங்கோட்டில் வாழும் முருகன் என்று சொல்லவும் எண்ணவும் இல்லை; எட்டுக் குன்றுகளையும் கிழித்து ஓடிய வேல் என்று சொல்லவில்லை. நமக்கு முத்தி எவ்வாறு கிட்டும்?

பெருக்கு - வெள்ளம். கரிக்கோடு - யானையின் கொம்பு. என்கிலை - என்று எண்ணவில்லை; என்று துதிக்கவில்லை.]

'வேல் மறவேன்'

1

ஞானம் பெறுவதற்குப் பெரும் தடையாக இருப்பது காமம். இறைவனுடைய திருவருளை அடைவதற்குரிய முயற்சிகளைச் செய்யவொட்டாமல் தடுக்கும் உணர்ச்சிகள் பல உண்டு. அவை எல்லாவற்றிலும் மிக வலிமை உடையது காமம். அது அறிவை மறைத்துவிடுகிறது. "காமத்திற்குக் கண் இல்லை" என்ற பழமொழி அதைத்தான் குறிக்கிறது. காமத்தினால் பெண்களோடு கலந்து இன்பம் நுகர்கிறான் மனிதன். அதனால் மயக்கத்தை அடைகிறான். மயக்கம் அடைகிற காரணத்தினால் காமத்திற்குக் கள்ளை உவமையாகச் சொல்வது உண்டு.

கள்ளால் உண்டாகும் மயக்கம்

கள்ளைக் குடித்தால் அது மூளையைப் போய்த் தாக்குகிறது. மூளைக்கும் கண்களுக்கும் தொடர்பாக உள்ள நரம்பைப் போய்த் தாக்குகிறது. அதனால் கள் குடித்தவனுடைய கண்கள் திறந்திருந் தாலும் வாந்தல் கம்பம் அவனுக்கு மனிதனைப் போலத் தோன்றுகிறது. மனிதனைக் கண்டால் மாடு என்று வெருண்டோடுகிறான். தன் மனத்தின் அடித்தளத்தில் மறைந்திருக்கிற விஷயங்களை வெளிப்படுத்துகிறான். மானம், மதிப்பு, கௌரவம், அந்தஸ்து என்று இதுவரையிலும் எண்ணியிருந்தவற்றைத் துறந்து மனம் போனபடி திரிகிறான். ஒருபுறம் பார்த்தால் உள்ளொன்று வைத்துப் புறம்பு ஒன்று பேசும் மனிதனைப் போல் அல்லாமல் உள்ளத்தில் இருப்பவற்றைப் புறத்தில் கொட்டிவிடுகிறான்.

இன்ப நாட்டம்

கள்ளை உண்பவன் அதனாலே இன்பத்தை நாடுகிறான். "உலகமெல்லாம் பழி கூறுகிறதே! மனத்தில் வைத்துள்ள விஷயங்களை வெளியிட்டு விடுகிறோமே!" என்று அவனுக்குத் தெரியாமல் இருக்குமா? கள் குடித்த மயக்கம் போய்த் தெளிவு பிறந்தவுடன் இவைகள் எல்லாம் தெரிந்து விடுகின்றன. தேள் கொட்டுமென்று ஒருவனுக்குத் தெரியாது. அவன் விளையாட்டாகக் கொடுக்கில் கை வைத்தான்; கொட்டிவிட்டது. மறு படியும் அவன் தேளைக் கண்டால் கை வைப்பானா? ஒன்றால் ஒருவன் துன்பத்தை அடைந்தால் மீட்டும் அதை நாட மாட்டான். ஒரு முறை கள்ளைக் குடித்துவிட்டு ஆடியவன் அதனால் தனக்கு உண்டான பழியையும், அவமானத்தையும் நன்றாக உணர்ந்த பின்பும், குடிக்கக் கூடாதென்ற சட்டம் இருந்தும், திருட்டுத் தனமாக மீண்டும் மீண்டும் குடிக்கிறான் என்றால் அதற்கு ஏதேனும் தக்க காரணம் இருக்க வேண்டும். மானம் மரியாதை பாவம் பழி ஆகியவற்றை எல்லாம் மிஞ்சுகிற இன்பம் அதில் இருக்கிறது. அந்த இன்பம் இல்லாவிட்டால் கள்ளை அவன் நாடமாட்டான். அதனிடம் அவன் பெறும்படியான இன்பம் ஏதோ ஒன்று இருக்கிறது. அந்த இன்பம் எது?

தன்னை மறத்தல்

கள்ளைக் குடித்தவன் தன்னை மறந்து பேசுகிறான்; தான் இன்ன இன்ன காரியங்கள் செய்ய வேண்டும். இன்னாரிடத்தில் இன்ன மாதிரியாகப் பேசவேண்டும் என்று முன்பு திட்டங்கள் போட்டிருந்தால், அந்தத் திட்டங்களை எல்லாம் மறந்த நிலையை அடைகிறான்.

தன்னை மறப்பது இன்பம். 'நன்றாகத் தூங்கினேன்' என்று ஒருவன் சொல்கிறான். தூங்கும்போது ஆசாபாசங்களை மறந்து, கவலையை மறந்து, கடமையை மறந்து கட்டை போலக் கிடப்பதால் இன்பத்தை அடைகிறான். கள்ளைக் குடிப்பவனும் கட்டுக்களை உடைத்து எறிந்து விட்டுக்

கவலைகளை எல்லாம் மறந்து, தன்னையும் மறந்து விருப்பப்படி பேசுவதனால் இன்பத்தை அடைகிறான்.

கவலைகளை மறந்து, உலகத்திலுள்ள பற்றுக்களை விட்டு விட்டு நிற்பதுதான் இன்பம். ஞானிகள் அப்படி இருக்கிறார்கள். அவர்கள் கிணறு முழுவதையும் தாண்டியவர்கள். கள்ளைக் குடித்தவன் பாதிக் கிணற்றைத் தாண்டியவன். அதனால்தான் அதைக் குடித்திருக்கும் நேரத்தில் தன்னை மறந்து நின்றாலும் திரும்பத் தெளிவு ஏற்பட்டவுடன் அந்த இன்பம் போய்விடுகிறது. "உலகம் நம்மைக் கண்டு பழிக்கிறதே! சிரிக்கிறதே!" என்று தெளிவுள்ள சமயத்தில் நினைத்துத் துன்பப்படுகிறான். முதலில் உண்டான போலி இன்பம் நிலைகொள்வது இல்லை. மெய்ஞ் ஞானிகள் தம்மை எப்பொழுதும் மறந்து இருக்கிறார்கள். கள்ளைக் குடிப்பவன் சில நேரத்திற்கு ஒருவாறு தன்னை மறந்து இருக்கிறான். அவன் பெறுவது உண்மையான இன்பம் அன்று.

உணர்ச்சி மிகுந்தால்

காமம் மாத்திரம் அன்று. உள்ளத்தில் எந்த உணர்ச்சி மிகுந்து இருந்தாலும் உலகத்தைப் பாராத நிலை உண்டாகும். பக்தர்களுக்கு அத்தகைய நிலை வருவது உண்டு. மாணிக்க வாசகப்பெருமாள் அரசன் பணத்தை வாங்கிக் கொண்டு குதிரை வாங்கப் போனார். போனவர் அப்பணத்தைக் கொண்டு சிவ பெருமானுக்குக் கோயில் எழுப்பினார். இது கடைத் தேங்காயை எடுத்து வழிப் பிள்ளையாருக்கு உடைக்கிற மாதிரிதான். அரசன் ஏதோ ஒரு காரியத்துக்காகப் பணம் கொடுக்க, அவர் அந்தக் காரியத்தைச் செய்யாமல் பிறிதொரு வகையில் செலவிட்டார். அது தவறுதான். ஆனால் நாம் மாணிக்கவாசகரைக் கொண்டாடுகிறோம். அதற்குத் தக்க காரணம் இருக்க வேண்டும். அவர் கொண்டு போன பணத்திற்குக் குதிரை வாங்கியிருந்தால் குதிரைகளின் உதவி கொண்டு போரை நடத்தலாம். அதனால் பல்லாயிரக் கணக்கான பேர்கள் இறந்து போவார்கள். அவரோ எல்லா

மக்களும் இறைவன் அருளைப் பெறுவதற்குத் தக்கபடி செய்தார். அதனால் அவரைக் கொண்டாடுகிறோம். செய்த தொழிலின் பெருமை அதன் பயனால் தெரிய வருகிறது. அரசன் கொடுத்த பணத்தை வேறு யாராக இருந்தாலும் கோயில் கட்டத் தைரியம் கொள்ளமாட்டார்கள். மாணிக்கவாசகரின் உள்ளத்தில் பக்தி உணர்ச்சி மீதூர்ந்து இருந்தது. அதனால் உலகத்தார் என்ன சொல்வார்களோ என்று அஞ்சாமல், பற்றுக்களையும் கடமை களையும் மறந்த நிலையில் அந்தக் காரியத்தைச் செய்தார்.

அவர் பக்திப் பித்துப் பிடித்தவர். பக்திப் பித்துக் கொண்ட பக்தர்கள் உலகம் தம்மைப் பழிக்கிறதே என்று நினைக்க மாட்டார்கள்.

"நாடவர் நம்தம்மை ஆர்ப்ப ஆர்ப்ப
நாமும் அவர்தம்மை ஆர்ப்ப ஆர்ப்ப"

என்று பாடுகிறார். "ஏதோ பைத்தியம்" என்று அவரைப் பார்த்து எல்லாரும் கூறினார்கள். அவரோ, 'உலகத்திலுள்ள பைத்தியம் எல்லாம் நம்மைப் பார்த்துக் கை தட்டி ஆரவாரிக்கின்றன; நாம் அவர்களைப் பார்த்து கைதட்டி ஆரவாரிக்கிறோம்" என்றார். அவரைப் பார்த்து யார் யார் கைதட்டி நகைத்தார்களோ அவர்களே அவரைப் பின்பு கையெடுத்துக் கும்பிட்டார்கள்.

இப்படியே, உள்ளத்தில் கோபமோ துக்கமோ மிகுந்து, குறிப்பிட்ட ஓர் எல்லையைக் கடக்கும் போது மற்றவைகள் எல்லாம் கீழே தாழும். இரண்டு பேர் சண்டை போட்டுக் கொள்கிறார்கள். ஒருவனை மற்றவன் கத்தியால் குத்தப் போகிறான். அவ்வழியில் செல்லும் யாரோ ஒருவன் அவர்களுக்குள் சமாதானம் செய்து வைக்க இடையே புகுந்தால் அவனைக் குத்தி விடுகிறான். அவனா எதிரி? இவன் கோபம் தடுத்தவனைப் போய்ச் சாரக் காரணம் என்ன? கோபம் என்ற உணர்ச்சி மீதூர்ந்து நிற்கும்போது கடமை,தர்மம்,ஞாபகம்,ஞானம் ஆகிய எல்லாமே அழிந்து

விடுகின்றன. அதுபோலவே காமம் என்னும் உணர்ச்சி மிகும் போது எல்லாம் கீழே போய்விடுகின்றன.

அருணகிரியார், 'நான் காமத்தினால் கலவி என்னும் கள்ளை உண்ணுகிறேன்" என்று சொன்னார். ஆனால் அப்படி உண்டாலும் அவர் முற்றும் மயங்கவில்லை. அவருடைய மயக்கத்தில் ஒரு விஷயத்தில் மாத்திரம் நினைவு போகவில்லையாம்.

நிதானம் தவறாமை

ஆங்கிலேயர் அரசாட்சி செய்த காலத்தில் கள்ளின் தீமை பற்றிச் சொல்ல ஒரு சபை இருந்தது. அதில் இருந்தவர்கள் 'குடிக்காதே' என்று பிரசாரம் செய்வது இல்லை. "மிதமாய்க் குடி" என்று உபதேசம் செய்தார்கள். அந்தச் சபைக்கு மிதக்குடிப் பிரசார சங்கம் *(Temperance League)* என்று பெயர். மிதமாகக் குடிக்க வேண்டுமென்பதற்கு என்ன கணக்குச் சொல்வது? இரண்டு கிண்ணமா, ஐந்து கிண்ணமா? ஒரு புட்டியா, இரண்டு புட்டியா? "உன்னை மறக்காத நிலை வரைக்கும் சாப்பிடு. அதாவது, காபி சாப்பிடுகிறது போல உற்சாகம் வருவதற்குச் சாப்பிடு. புத்தி பேதலிக்கும்படி சாப்பிடாதே" என்று அந்தச் சங்கத்தார் சொன்னார்கள். ஆனால் சாப்பிடுகிறவன் அப்படி ஒரு திட்டத்தோடு நிற்பானா? நிதானம் இழந்துவிடுகிற வரைக்கும் குடிப்பான்.

லாகிரி வஸ்துக்களை உபயோகிக்கிறவர்களில் சிலர் பெருமையாகப் பேசிக்கொள்வார்கள். "கள் சாப்பிட்டாலும் அதை ஒரு நிதானத்தில் வைத்திருக்கிறேன்" என்று சொல்வார்கள். சிலரைப் பற்றி, "அவன் குடித்திருந்தாலும் நிதானம் இழப்பதில்லை. மரியாதை தவறிப் பேசுவதில்லை" என்று சொல்வதை நாம் கேட்கின்றோம். அப்படிச் சொல்வதைப்போல அருணகிரியார் இந்தப் பாட்டில் பேசுகிறார்.

மறவா நிலை

இறைவனை நோக்கி, "நான் மாதரார் காமக் கலவிக் கள்ளை மொண்டு உண்டு மயங்கினாலும் உன் வேலாயுதத்தை மறக்க மாட்டேன்" என்று சொல்கிறார்.

கண்டுஉண்ட சொல்லியர் மெல்லியர் காமக் கலவிக்கள்ளை மொண்டுஉண்டு அயர்கினும் வேல்மறவேன்.

பெண்களைப் பற்றிச் சொல்லும்போது அவர்களுடைய சொல்லின் தன்மையை முதலில் பேசுகிறார். அவர்கள் கற்கண்டை உண்டு அதைச் சொல்லாகவே வெளியிடுவாரைப் போல பேசுகிறார்கள்.

கண்டுஉண்ட சொல்லியர்.

அந்தச் சொல்லைக் கேட்டுக் காம உணர்ச்சி உண்டாகிறது. அதனாலே மயங்கி அவர்களை அணைத்துக் கொள்கிறார்கள். அவர்கள் மிக மென்மையான உருவத்தை உடையவர்கள்.

மெல்லியர்.

அவர்களிடத்தில் விளைகின்ற கலவிக் கள்ளை மொண்டு உண்டு மயங்கி நிற்கிறார்கள் காமிகள். கள்ளைத் தன்னுடைய விருப்பப் படியே எந்த வரையறையும் இல்லாமல் மொண்டு உண்டால் அயர்வுதான் வரும். வரையறையாக உண்டால் அயர்வு ஓரளவு நிற்கும். இங்கே தம்முடைய மனப்படியே கலவிக் கள்ளை மொண்டு உண்டு அயர்ந்தாலும், எல்லாவற்றையும் மறந்தாலும், ஒன்றை மாத்திரம் மறக்கவில்லை என்று அருணகிரியார் சொல் கிறார். இந்த நிலை சாமானிய மக்களுக்கு வருவது இல்லை.

இதற்குப் பல காலமாகப் பழக்கம் செய்திருக்க வேண்டும். இதைப்பற்றிச் சிறிது சிந்தித்துப் பார்க்கலாம்.

எப்போதும் நினைத்தல்

மனிதன் எதில் பற்றுக் கொண்டு வாழ்ந்திருந்தாலும் அந்தப் பற்றுக்கு மூல காரணமாக இருப்பது அவனுடைய பழக்க வழக்கங்கள். ஏதேனும் ஒரு பொருளிடத்தில் அதிகப் பற்று இருக்குமானால் அதைப் பற்றிப் பேசியும், அதைப்பற்றி நினைந் தும், அது சம்பந்தமாகவே காரியங்களைச் செய்தும் வருவான்.

அருணகிரிநாதப் பெருமான் எப்பொழுதும் இறைவனைப் பற்றிப் பேசியும், இறைவனையே தியானம் செய்தும், இறைவனோடு சம்பந்தப்பட்ட காரியங்களைச் செய்தும் வாழ்ந்தவர். இந்த நிலையால் எப்பொழுதுமே இறைவனை மறக்காமல் இருக்கும் உணர்ச்சி அவருக்குக் கிடைத்தது.

மறப்பதும் நினைப்பதும் மனத்தினுடைய செயல்கள். இறை வனை வழிபடுவதும் துதிப்பதும் மற்றக் கரணங்களின் செயல்கள். எப்போதும் அவனை நினைத்துக் கொண்டிருப் பதற்குப் பழக்கம் வேண்டும். பழக்கத்தால் அது கை கூடும்.

அருணகிரியார், "நான் சிற்றின்பத்தை நுகரும் போதும் வேலை மறக்கமாட்டேன்" என்று சொன்னாலும் நம் போன்றவர்களுக்கு ஓர் அரிய உண்மையை அதன் வாயிலாகச் சொல்லித் தருகிறார். எம்பெருமானுடைய திருவடிகளை, அவனுடைய வேலாயுதத்தை, நெஞ்சிலே நினைக்க வேண்டும். உலகத்தில் வாழும்போது பல பல இன்னல்கள் அதைக் குலைக்க வரும். ஆனாலும் திருப்பித் திருப்பி அவனுடைய திருவுருவ நினைவு நமக்கு வரவேண்டும். அப்படி வந்து பழகினால் எந்தச் சமயத்திலும் அவனுடைய நினைப்பு நமக்கு உண்டாகும். எந்த விதமான செயல்களைச் செய்தாலும், மனம் இயங்கும் வரைக்கும் அந்த மனத்தில் இறைவனுடைய வேலை நினைக்கலாம்.

தொழுது எழுதல்

"தொழுதெழுவார் வினைவளம் நீறெழ"

என்று திருக்கோவையாரில் வருகிறது. பக்தர்கள் படுக்கையை விட்டு எழும்போதே, இறைவனைத் தொழுகிறார்கள். வள்ளுவர் மனைமாட்சி என்ற அதிகாரத்தில்,

"கொழுநற் றொழுதெழுவாள் பெய்யெனப் பெய்யும் மழை"

என்கிறார். "தொழுது கொண்டே எழுந்திருப்பதாவது? எழுந்திருந்த பின்தானே தொழ வேண்டும்?" என்று தோன்றலாம்.

தூங்கும்போது நம்மை மறந்து தூங்குகிறோம். விழிப்பு ஏற்படும்போதே உணர்ச்சி ஏற்படுகிறது. அந்த உணர்ச்சி தோன்றியவுடனே தொழுது கொண்டே எழுந்திருக்கிறார்கள் அன்பர்கள். எழுந்திருப்பதற்கு முன் தோன்றுகிற முதல் உணர்ச்சியிலேயே இறைவனின் நினைவு அவர்களுக்குத் தெளிவாக உண்டாகி விடு கிறது; இறைவனைத் தொழுது கொண்டே எழுந்திருக்கிறார்கள். "தொழுதெழுவாள்" என்பதற்கு உரையெழுதிய பரிமேலழகரும், 'தெய்வம் தொழுதற்கு மனம் தெளிவது துயிலெழும் காலத்தாகலின் தொழுதெழுவாள் என்றார்' என்கிறார்.

நினைப்பது எளிது

மனம் எப்பொழுதெல்லாம் வேலை செய்கிறதோ அப்பொழு தெல்லாம் இறைவனை நினைக்க வேண்டும். "இன்னும் நான் பல் தேய்க்கவில்லையே! நீராடித் திருநீறு அணியவில்லையே! இப்போது எப்படிக் கடவுளை நினைப்பது?" என்று சிலர் சொல்லலாம். பல் தேய்த்து நீராடா விட்டாலும் மூச்சுவிடுவது இல்லையா? மூச்சுவிடுவதைப் போலவே இறைவனை மனத்தால் நினைக்க வேண்டும்.

திருக்கோயில் செல்லவேண்டுமானால் சுறுசுறுப்பு இருக்க வேண்டும். இறைவனுக்கு அருச்சனை செய்ய வேண்டுமானால் மலர் முதலாயின இருக்க வேண்டும். அவனைப் பாட வேண்டுமானால் இசை வேண்டும்; தொண்டையும் நன்றாக இருக்க வேண்டும். இவற்றுக்கு எல்லாம் வேறு கருவிகளின் துணை அவசியமாக இருக்கிறது. ஆனால் இறைவனை நினைப்பது மிக எளிது. மனம் நினைக்க வேண்டும்.

நாம் உணர்ச்சியுடன் இருக்கும்போதெல்லாம் மனம் இயங்கிக் கொண்டிருக்கிறது. அந்த மனத்திற்கு இறைவனது திருக்கோலத்தை நினைப்பதைக் காட்டிலும் அவன் திருக்கரத்திலுள்ள வேலை நினைப்பது மிக எளிது. அந்த நினைவு எந்தச் சமயத்தில் இருக்க வேண்டும், எந்தச் சமயத்தில் இருக்கக் கூடாது என்ற வரையறை இல்லை. "நாம் உடம்பெல்லாம் அழுக்காக நீராடாமல் இருக்கிறோம். அப்போது இறைவனை நினைக்கலாமா?" என்று சிலர் கேட்பது உண்டு. உடம்பில் தூய ஆடை அணிவதற்கு அழுக்கான உடம்பு கூடாது. உண்ணுவதற்கு அழுக்கான வாய் கூடாது. ஆனால் இறைவனை நினைப்பதற்கு உடம்பு எப்படி இருந் தாலும், வாய் எப்படி இருந்தாலும் மனம் தெளிவாக இருந்தால் போதும்.

மனத்தால் இறைவனை நினைப்பதற்கு, உடம்பு என்ன காரியம் செய்து கொண்டிருந்தாலும், வாக்கு வேறு காரியத்தைச் செய்தாலும் தடை இல்லை. உடம்பு மகளிருடைய கலவி இன்பத்தை அடைந்து கொண்டிருக்கும்போது மனம் வடிவேலை நினைக்கலாம். இது சாத்தியமான செயலே.

சுந்தரர் இயல்பு

சுந்தரமூர்த்தி நாயனார் இத்தகைய பழக்கத்தைச் செய்து கொண்டவர்.

"நற்ற வாவுனை நான்ம றக்கினும்
சொல்லு நாநமச்சி வாயவே"

என்று அவர் பாடுகிறார். ஒரு சமயம் அவர் திருவொற்றியூருக்குச் சென்றார். அங்கே சங்கிலி நாச்சியாரை மணந்து கொண்டார். அவருக்கு, 'நான் இந்த ஊரை விட்டு வெளியில் செல்ல மாட்டேன்' என்ற உறுதியைச் செய்து கொடுத்திருந்தார். ஆனால் திருவாரூரின் நினைவு வந்தமையினால் திருவொற்றியூரை விட்டுப் புறப்பட்டு விட்டார். சத்தியத்தை மீறிய குற்றத்திற்காக இறைவன் அவருடைய கண் ஒளியை மறைத்தான். அப்போது சுந்தரமூர்த்தி நாயனார் இறைவனை நினைத்துக் கதறுகிறார். 'இறைவனே! நான் உன்னை மறக்கவில்லையே! என் நா உன் நாமத்தை மறக்கவில்லையே! இப்போது நான் குருடனாக இருக்கிறேன். எவ்வளவோ சமயங்களில் தடுக்கி விழுகிறேன். அப்படி வழுக்கி விழும்போது ஐயோ அப்பா என்று அலறுவது இல்லையே! எப்போதும் உன் திருப்பெயரையே சொல்கிறேன். இது எப்போதும் நான் உன்னை நினைத்துக் கொண்டிருக்கிறேன் என்பதற்கு அடையாளம் அல்லவா?' என்கிறார்.

"வழுக்கி வீழினும் திருப்பெய ரல்லால்
மற்று நான்அறி யேன்மறு மாற்றம்
ஒழுக்க என்கணுக் கொருமருந் துரையாய்
ஒற்றி யூரெனும் ஊருறை வானே!"

பழக்கமும் தியானமும்

சுந்தரமூர்த்தி சுவாமிகளுக்கு இருந்த பழக்கம் நமக்கும் இருந்தால் துன்பப் படும் போதும், இன்பம் அடையும் போதும் முருகா முருகா என்று சொல்ல வரும். இந்தப் பழக்கம் கொஞ்சம் கொஞ்சமாக முதிர்ந்துவிட்டால் மனம் இறைவனுடைய தியானத்தில் ஒன்றிவிடும். பல காரியங்களைச் செய்து துன்பப்படும் போதும், இந்திரியங்கள் வாயிலாக இன்பத்தை அடையும் போதும், காம நுகர்ச்சியில்

ஈடுபடும் போதும் இறைவனைப் பற்றிய நினைப்பு மாறாது. அருணகிரியார் இத்தகைய அநுபவத்தை இந்தப் பாட்டில் சொல்கிறார்.

இறைவன் படத்தை வைத்துப் பலர் தியானம் செய்கிறார்கள். கோயிலுக்குச் சென்று இறைவன் திருவுருவத்தைக் கண்டு பலர் ஆனந்தம் அடைகிறார்கள். அந்தச் செயல்களால் இறைவனுடைய திருவுருவத்தை மனத்தில் அமைத்துக் கொள்ளப் பார்ப்பது நல்லதுதான். ஆனால் இறைவனுடைய திருக்கோலம் முழுவதும் அப்படியே நம்முடைய நெஞ்சில் நிலைத்து நிற்பது அரிது. அப்படி நின்றாலும் நெடுநேரம் இராது. எளிதில் நினைப்பதற்கு ஒன்று இருந்தால் அது அநுகூலம் அல்லவா? அருணகிரிநாதப் பெருமான் இதில் அத்தகைய எளிய தியானப் பொருளைச் சொல்லித் தருகிறார். ஆண்டவன் கையில் இருக்கிற வேலாயுதத்தை மிக எளிதில் நினைந்து தியானிக்கலாம். அதனால் அருணகிரியார், "வேல் மறவேன்" என்கிறார்.

எளிய முறை

நாம் முருகனைப் பற்றி எத்தனை கேட்டாலும் எத்தனை படித்தாலும் நம்முடைய வாழ்க்கைக்குப் பயன்படும் வகையில் தினமும் சாதனை செய்தே தீரவேண்டும். எந்தக் காரியமும் பழக்கம் இல்லாமல் அநுபவத்தை உண்டாக்காது.இறைவனைப் பற்றிப் பலகாலம் பேசி, பலகாலம் கேட்டு, பலகாலம் படித் திருந்தாலும் அவற்றினால் சிறிதேனும் அநுபவம் இல்லா விட்டால் அத்தனையும் பயன் இல்லை. நாம் தவம் செய்ய முடியாது. இந்திரிய நிக்கிரகம் செய்ய இயலாது. விரதங்கள் அநுசரிப்பதற்கான நிலையும் நம்மிடம் இல்லை. ஆனால் மனம் உள்ள வரை இறைவனைத் தியானிக்க வழி உண்டு.

ஆண்டவன் திருக்கரத்தில் உள்ள வேலை நாள்தோறும் ஐந்து நிமிஷமாவது பார்த்து அதை மனத்தில் நிறுத்தித் தியானம் செய்யலாம். அது முடியாத காரியம் அன்று. இந்தப்

பழக்கத்தை நாம் நடைமுறையில் செய்துகொண்டு வரவேண்டும்.

விளக்கை ஏற்றி வைத்து வேலைப் பார்க்க வேண்டும். உடனே கண்ணை மூடிக்கொண்டு அந்த வேலை உள்ளே பார்த்துப் பழகவேண்டும். அப்படியே கொஞ்சம் கொஞ்சமாகப் பார்த்து வேலை மனத்தில் நினைக்கப் பழகினால் பின்பு அந்த வேலே சோதிப் பிழம்பாக உள்ளத்தில் நிற்கும். இப்பொழுதெல்லாம் கண்ணை மூடினால் நமக்கு இருட்டுத் தோற்றும். வேலைத் தியானம் பண்ணிப் பண்ணிப் பழகிவிட்டால் மின்கீற்றுப் போல அந்த வேல் உள்ளத்தில் ஒளிவிடும். அந்தப் பழக்கம் முறுகினால் வேலே பெரிய சோதியாக நமக்குத் தோன்றும்.

"வேலே ஒளிப்பிழம்பாக உள்ளத்திலே தோன்றுகிறது. அதனால் என்ன பயன்?" என்ற கேள்வி எழலாம். வேல் மறைந்து ஒளிப் பிழம்பு தோன்றும்போது தன்னை மறக்கிற நிலை வந்துவிடும். கவலை, கடமை, கட்டு என்பன எல்லாம் மறைந்து போகும்; இன்பம் உண்டாகும்.

இப்படிக் கண்ணை மூடிக்கொண்டு ஒளிமயமான தோற்றத்தைப் பார்ப்பதென்பது எளிதான செயல் அல்ல. எப்போதும் புறத் திலும் அகத்திலும் இருட்டு நிரம்பிய வாழ்க்கையில் நாம் போராடு கிறோம். கண்ணை மூடிக்கொண்டு உள் ஒளி நிரம்பப் பார்த் தோமானால் நம்முடைய புலன்கள் அடங்கி இன்பம் உண்டாகும். அப்போது நம்மை மறக்கும் நிலை வரும்.

இத்தகைய சிறந்த இன்பத்தை அடைவதற்கு மிக எளிதான வகையை அருண்கிரிநாத சுவாமி இந்தப் பாட்டில் சொல்லித் தருகிறார்.

'வடிவேற் பெருமானுடைய திருக்கரத்திலுள்ள வேலை ஒளி மயமான வேலை, தியானம் பண்ண வேண்டும். அதை எந்தச் சமயத்திலும் மறவாமல் இருக்கவேண்டும். ஞானத்திற்கு மாறுபாடான காம நுகர்ச்சியில் ஈடுபடும்போதும் அதை மறவா மல் நினைத்தால் நல்ல இன்பத்தைப் பெறலாம்;

பேரின்பத்தை அடையலாம்" என்று உபதேசம் செய்கிறார். உபதேசமாகச் சொல்லாமல், தாம் அப்படி நினைப்பதாக இந்தப் பாட்டில் அருளியிருக்கிறார்.

கண்டுண்ட சொல்லியர் மெல்லியர் காமக் கலவிக்கள்ளை
மொண்டுண்டு அயர்கினும் வேல்மறவேன்.

2

இந்தச் செய்தியை அவர் முருகனைப் பார்த்துச் சொல்கிறார். 'அவன் எப்படிப் பட்டவன்? அவன் பெருமை என்ன என்பதை அடுத்த அடிகளில் சொல்கிறார்.

முது கூளித்திரள்
டுண்டுண் டுடுடுடு டூடு டுடுடுடு டுண்டுடுண்டு டிண்டிண்
டெனக்கொட்டி ஆடவெஞ்சூர்க்கொன்ற ராவுத்தனே!

பேய்களின் உவகை

முருகன் சூரபன்மனைக் கொன்றவன். கந்தபுராணத்திலுள்ள பலவகையான காட்சிகளில் எம்பெருமான் செய்த வீரத் திரு விளையாடல்களைப் பார்க்கிறோம். அருணகிரிநாதப் பெருமானின் திருப்புகழிலும் மற்ற நூல்களிலும் கந்தபுராணத்தில் காணாத பலவகையான கற்பனைக் காட்சிகளைக் காணலாம். இங்கே பழைய பேய்க் கூட்டங்கள் போர்க்களத்தில் வந்து ஆடுகின்றன. அதற்குக் காரணம் எம்பெருமான் சூரபன்மனைக் கொன்றிருக்கிறான். சூரன் தனியாக வந்து இறைவனை எதிர்க்கவில்லை. கணக்கற்ற அசுரர்களையும் படைகளையும் திரட்டிக் கொண்டு வந்து முருகனை எதிர்த்தான். அந்தப் போர்க்களம் மிகப் பெரியது. போர் நடந்த காலம் பதினெட்டு ஆண்டுகள் என்று சொல்வார்கள். எத்தனையோ அசுரர்கள் இறந்தார்கள். போர்க் களத்தில் இறந்து கிடக்கும் பிணத்தை உண்ணுவது பேய்களின் வழக்கம். பல காலமாகப் பசித்திருக்கும் பேய்களுக்குப் போர்க் களத்தில் விருந்து கிடைக்கிறது. அந்தப்

பேய்கள் எல்லாம் பல காலமாகக் காத்திருக்கின்றன என்பதைக் காட்டுவதற்கு,

முது கூளித் திரள்

என்று சொன்னர். உடம்பு தளர்ந்து போய் தம்முடைய முதுமைப் பருவத்தைப் புலப்படுத்திக் கொண்டு இருக்கின்றன அவை. இப்போது போர்க்களத்தில் நல்ல விருந்தை உண்டு ஆடுகின்றன. நன்றாகச் சாப்பிட்டவர்களுக்கு ஆனந்தம் உண்டாகும். விருந்து உண்ட பிறபாடு நடனம் ஆடுவது நாகரிகச் செயல்.

இங்கே பேய்களுக்கு நன்றாக உண்ட ஆனந்தக் களிப்பினால் ஆடவேண்டுமென்ற ஆசை தோன்றுகிறது. போர்க்களத்தில் முரசுகள் அங்கங்கே கிடக்கின்றன. பேய்கள் அவற்றை எடுத்துக் கொட்டுகின்றன.

அநுகரண ஒலி

அருணகிரிநாதப் பெருமானுக்கு அநுகரண சத்தங்களைப் பாட்டுக்கு நடுவில் வைத்துச் சொல்வது ஒரு வழக்கம். அவருடைய திருப்புகழைப் பார்த்தால் எத்தனையோ வகையான அநுகரண ஒலிகளைச் சந்தத்தில் அமைத்திருப்பது தெரியும். அந்த முறையைக் கந்தர் அலங்காரத்திலும் காணலாம்.

முது கூளித் திரள் - முதிய பேய்க் கூட்டங்கள். அவை முரசுகள் கொட்டிக்கொண்டு ஆடுகின்றன. அந்த முரசுகளை அவை எப்படி முழக்குகின்றன என்பதை ஒலிக் குறிப்போடு பாட்டில் வைத்திருக்கிறார்.

டுண்டுண் டுடுடுடு டூடு டுடுடுடு டுண்டுடுண்டு
டிண்டிண் டேனக்

கொட்டி ஆடுகின்றனவாம். 'இப்படிப் பேய்க் கூட்டங்கள் எல்லாம் பிணங்களை உண்டு, அதனால் இன்பமுற்று

முரசுகளைக் கொட்டி ஆடும்படியாகச் சூரனை சங்கரித்த பெருமானே!' என்று துதிக் கிறார்.

முது கூளித்திரள்
டுண்டுண் டுடுடுடு டூடு டுடுடுடு டுண்டுண்டு டிண்டிண்
டெனக்கொட்டியாடவெஞ் சூர்க்கொன்ற ராவுத்தனே!

ராவுத்தன்

ராவுத்தன் என்ற சொல் முஸ்லிம்களை நினைப்பூட்டுகிறது. அருணகிரியார் காலத்திற்கு முன்பே இந்த நாட்டுக்கு முஸ்லிம்கள் வந்து விட்டார்கள். பழைய திருப்பெருந்துறைப் புராணத்தில், மாணிக்கவாசகருக்காகக் குதிரை ராவுத்தராக வந்த ஆண்டவனது திருக்கோலத்தை முஸ்லிம்கள் போலவே வருணித்திருக்கிறார் அதைப் பாடிய புலவர்.

பழங்காலத்தில் அரபு நாட்டிலிருந்து இந்த நாட்டுக்குக் குதிரைகள் வருவது வழக்கம். அந்தக் குதிரைகளோடு முஸ்லிம்களும் வந்தார்கள். ராவுத்தன் என்ற சொல்லுக்குக் குதிரை வீரன் என்று பொருள். மாவுத்தன் என்பது யானை வீரனையும், ராவுத்தன் என்பது குதிரை வீரனையும் குறிக்கும் சொற்கள். மேற்கு நாட்டிலிருந்து வந்த முஸ்லிம்கள் பெரும்பாலோர் குதிரைகளைக் கொண்டு வந்தவர்கள். ஆகையால் முஸ்லிம்கள் என்றால் குதிரைக்காரர்கள் என்கிற நினைப்பு இந்த நாட்டவருக்கு உண்டாயிற்று. அதனால் முஸ்லிம்களை ராவுத்தர்கள் என்று அழைக்கலானார்கள். இந்தச் சொல் தமிழ் நாட்டில் அதிகமாக வழங்குகிறது.

எம்பெருமான் மயிலாகிய குதிரைகளை நடத்துகின்றவன். அதனால் அவன் ஒருவகையான குதிரை வீரன். அது கருதியே இப்பாட்டில் ராவுத்தனே என்று விளிக்கிறார். பின்னாலே வருகிற ஒரு பாட்டிலும்,

"தனிமயில் ஏறும் இராவுத்தனே"

என்று பாடுவார்.

குதிரை ராவுத்தர்

ஆத்மநாத சுவாமி எழுந்தருளியிருக்கிற தலம் திருப்பெருந் துறை. அங்கேதான் மாணிக்கவாசகர் உபதேசம் பெற்றார். அந்த ஊர்த் திருக்கோயிலில் ஒரு மண்டபம் இருக்கிறது. அந்த மண்டபத்தில் ஒரு தூணில் குதிரைச் சேவகராக எழுந்தருளியிருக்கும் திருக்கோலத்தில் இறைவனுடைய உருவம் இருக்கிறது. அந்த உருவத்திற்கு இப்பொழுதும் பூசை செய்து வருகிறார்கள். அவரைக் குதிரை ராவுத்தர் என்றும், அந்த மண்டபத்தைக் குதிரை ராவுத்தர் மண்டபம் என்றும் வழங்குகிறார்கள். அங்கே மற்றோர் ஆச்சரியச் செயல் நிகழ்கிறது. குதிரை ராவுத்தர் எழுந்தருளியிருக்கும் இடம் மட்டும் வந்து முஸ்லிம்கள் தொழுகிறார்கள். நான் அந்தத் தலத்திற்குச் சென்றிருந்தபோது அங்கே தொழுகை நடத்திக் கொண்டிருந்த ஒரு முஸ்லிமைக் கண்டு பேசினேன்.

முஸ்லிம்களும் முருகனும்

முஸ்லிம்கள் முருகனைத் தொழுகின்ற தலங்கள் சில இருக்கின்றன. பழனியில் முருகப்பெருமானைப் பின் பகுதி வழியாக வந்து முஸ்லிம்கள் வணங்குகிறார்கள். திருப்பரங் குன்றத்தின் அடிவாரத்தில் நாம் தொழும் கந்தப்பெருமான் எழுந்தருளியிருக்கிறார். மலை மேலே முஸ்லிம்கள் தொழும் சிக்கந்தர் எழுந்தருளியிருக்கிறார். சில நண்பர்கள் சிக்கந்தர் என்ற சொல் ஸ்ரீஸ்கந்தர் என்ற சொல்லின் திரிபு என்று சொல்வது உண்டு. கதிர்காமத்தில் இன்றும் முருகப்பெருமான் கோயிலுக்குப் பின்னால் இஸ்லாமியர்கள் வந்து தொழுகிறார்கள்.

இப்படி இஸ்லாமியருக்கும் முருகப்பெருமானுக்கும் தமிழ் வழங்கும் நிலத்தில் ஒரு வகையான தொடர்பு இருப்பதை நாம் உணர்கிறோம். எனக்குத் தெரிந்த சில முஸ்லிம் நண்பர்கள் முருகப் பெருமானை உபாசனை செய்கிறார்கள். திருவையாற்றில் உள்ள முஸ்லிம் கவிஞர் ஒருவர் முருகன் மேல் பல அழகான சந்தக் கவிகளை இயற்றியிருக்கிறார்.

ராவுத்தர் என்ற பட்டம்

ராவுத்தன் என்று முருகப் பெருமானை அருணகிரியார் இங்கே விளித்த வகை இந்த நினைப்புக்களை உண்டாக்கியது. குதிரை வீரர்களாக இருப்பவர்களை ரவுத், ராவுத்தர் என்று கூறுவது மரபு. ராணுவத்தில் குதிரை வீரர்களாக இருந்து ஊழியம் செய்தவர்களுக்கு ரவுத், ராவுத் என்ற பட்டங்களை அரசன் வழங்கியது உண்டு. சில தலங்களில் சிவபெருமானுக்கு ராவுத் தேசுவரர் என்ற திருநாமம் இருப்பதைச் சிலாசாஸனங்கள் மூலமாக உணரலாம்.

முருகப் பெருமான் மயிலாகிய குதிரையின் மேல் ஏறி வந்து போரில் சூரனை அழித்தமையினால் ராவுத்தன் என்ற பட்டப் பெயரைப் பெற்றான்.

"இவுளிமுகி யைப்பொருத ராவுத்த னானவனும்"

என்ற திருவகுப்பிலும் இந்தச் சொல்லை அருணகிரியார் வழங்குகிறார்.

அருணகிரிநாதப் பெருமான் இந்தப் பாட்டில், நம்மைப் போன்று உலக இன்பங்களுள் மூழ்கிக் கிடப்பவர்களுக்கு மிகவும் எளிதான சாதனம் ஒன்றைச் சொல்கிறார். இறைவனைத் தியானம் செய்வதற்கு நமக்கு ஆற்றல் இல்லாவிட்டாலும் அவன் திருக் கரத்திலுள்ள வேலை மெல்ல மெல்லக் கண்டு நெஞ்சில் கொண்டு பலமுறை தியானித்துப் பழக வேண்டும். அந்தத் தியானம் கோயிலுக்குப் போகும்போது மாத்திரம் செய்வது என்பது அல்ல; வீட்டில் இருக்கும் அமைதியான நேரத்தில் செய்வது என்பதும் அல்ல; எல்லாக் காலத்திலும் செய்வதற்கு உரியது. நாம் நம்முடைய மனையாட்டியோடு காம நுகர்ச்சி பெறும் போதும் வேலை மறக்காமல் இருக்கலாம்.

திருப்புகழில்

இத்தகைய நிலையைத் திருப்புகழிலும் உணர்த்துகிறார்.

"முருகுகமழ் மலரமளி மீதினிற்புகுந்து
முகவனச மலர்குவிய மோகமுற்றழிந்து
மொழிபதற வசமழிய ஆசையிற் கவிழ்ந்து
விடுபோதும்
முழுதுணர வுடையமுது மாதவத்துயர்ந்த
பழுதில்மறை பயிலுவள னாதரித்துநின்று
முனிவரர்சுரர் தொழுதுருகு பாதபத்ம மென்றும்
மறவேனே."

தாயுமானவர் வாக்கு

இதே கருத்தைத் தாயுமானவர் ஒரு பாட்டில் அழகாகச் சொல்கிறார்.

உடலுக்கு இன்பம் தரும் எந்த நிலையில் இருந்தாலும் இறைவன் அருளை மறவாமல் இருக்கவேண்டும் என்று அவர் வேண்டிக் கொள்கிறார்.

"கொந்தவிழ் மலர்ச்சோலை நன்னீழல் வைகினும்,
குளிர்தீம் புனல்கை அள்ளிக்
கொள்ளுகினும், அந்நீ ரிடைத்திளைத் தாடினும்,
குளிர்சந்த வாடைமடவார்
வந்துலவு கின்றதென முன்றிலிடை உலவவே
வசதிபெறு போதும், வெள்ளை
வட்டமதி பட்டப்பகற்போல நிலவுதர மகிழ்போதும்,
வேலையமுதம்
விந்தைபெற அறுசுவையில் வந்ததென அமுதுண்ணும்
வேளையிலும், மாலைகந்தம்
வெள்ளிலை அடைக்காய் விரும்பிவேண் டியவண்ணம்
விளையாடி விழிதுயிலினும்
சந்ததமும் நின் அருளை மறவா வரம்தந்து
தமியேனை ரட்சைபுரிவாய்!

சர்வபரி பூரண அகண்டதத் துவமான
சச்சிதா னந்தசிவமே!"

தாயுமானவர் மகளிருடன் இன்பம் புணர்வதை வெளிப் படையாகச் சொல்லவில்லை. கலவி இன்பத்தை, "நிலவுப் பயன் கொள்ளுதல்" என்று குறிப்பாகச் சொல்வது புலவர் மரபு. இந்தப் பாட்டில், "வெள்ளை வட்டமதி பட்டப் பகற்போல நிலவுதர மகிழ்போதும்" என்பது மகளிர் இன்பத்தையே குறிப்பதாகக் கொள்ள வேண்டும்.

வரதுங்க ராம பாண்டியர் பாடல்

வரதுங்கராமபாண்டியர் என்னும் மன்னர் சிறந்த சிவபக்தர். அவரும் இதே கருத்துடன் திருக்கருவைப் பதிற்றுப் பத்தந்தாதி என்னும் நூலில் ஒரு பாடலைப் பாடியிருக்கிறார்.

"இருக்கினும் நிற்கும் போதும்
இரவுகண் துயிலும் போதும்
பொருக்கென நடக்கும் போதும்
பொருந்திஊண் துய்க்கும் போதும்
முருக்கிதழ் கனிவா யாரை
முயங்கிநெஞ் சழியும் போதும்
திருக்களா வுடைய நம்பா
சிந்தைஉன் பால் தாமே."

'முருக்கிதழ் கனி வாயாரை முயங்கி நெஞ்சழியும் போதும் சிந்தை உன் பாவதாமே' என்று மகளிர் இன்பத்தை நுகரும் போதும் மனம் இறைவனை நினைக்கும் என்று இவர் சொல்கிறார். ஆதலின் இத்தகைய மனநிலை சாத்தியமானதே என்பதை உணரலாம்.

கண்டுண்ட சொல்லியர் மெல்லியர்
காமக் கலவிக்கள்ளை
மொண்டுண் டயர்கினும் வேல்மற
வேன்;முது கூளித்திரள்
டுண்டுண் டுடுடுடு டுடு

டுடுடுடு டுண்டுடுண்டு
டிண்டிண் டெனக்கொட்டி ஆடவெஞ்
சூர்க்கொன்ற ராவுத்தனே!

[கற்கண்டை உண்டாற் போன்ற இனிய சொல்லை உடையவர்களும் மென்மையை உடையவர்களுமாகிய மகளிர்பால் காம உணர்ச்சியினால் பெறும் கலவியின்பமாகிய கள்ளை எல்லையின்றி மேற்கொண்டு நுகர்ந்து யான் செய்ய வேண்டிய கடமைகளை மறந்தாலும், உன் வேலை மட்டும் மறக்கமாட்டேன்; முதிய பேய்க் கூட்டங்கள் தமக்கு விருந்துணவு கிடைத்த மகிழ்ச்சியினால், டுண்டுண் டுடுடுடு டூடு டுடுடுடு டுண்டு டுண்டு டிண் டிண்டு என்ற ஒலி எழும்படியாக முரசுகளைக் கொட்டிக் கொண்டு கூத்தாடும்படி கொடிய சூரனைப் போர்க்களத்தில் சங்காரம் செய்த, மயிலாகிய குதிரையை நடத்தும் வீரனே!

கண்டு உண்ட சொல் - கண்டைப் போன்ற சொல் என்பதும் பொருந்தும்; உண்ட: உவம உருபு. மெல்லியரால் வரும் காமம். காமத்தின் விளைவாகிய கலவி. கலவி - மகளிரோடு கூடுதல். இங்கே அதனால் வரும் இன்பத்துக்கு ஆயிற்று; ஆகுபெயர். மொண்டு உண்ணுதலாவது வரையறையின்றி மனம்போனபடி நுகர்தல். அயர்கினும் - மறந்தாலும். கூளி - பேய். டுண்டுண் எனவரும் ஒலிக் குறிப்பால் கொட்டியது முரசம் என்று கொள்க. சூர் - சூரனை. ராவுத்தன் - குதிரை வீரன்]

நாளும் கோளும்

1

மனிதன் வாழ்கிறான்; சாகிறான். சாவது மிகப் பெரிய துன்பம். வாழும்போதும் ஒவ்வொரு நாளும் துன்பத்தை அநுபவிக்கிறவர்கள் பலர் இருக்கிறார்கள். எத்தனை துன்பத்தை அநுபவித்தாலும் வாழ்க்கையில் சலிப்பு உண்டாவதில்லை. 'தினந்தோறும் நம் உடம்பில் இருக்கிற நோய்களால் துன்புறு கிறோமே! இந்த நோய்க்கு இடமாக உள்ள உடம்பை ஒழித்து விடலாம்' என்று யாரும் நினைப்பதும் இல்லை. நாகரிக வசதிகள் வளர்ந்து வருகிற இக்காலத்தில் துன்பத்திற்குக் காரண மாகவுள்ள உடம்பைப் போக்குவதற்கு எத்தனையோ வழிகள் இருக்கின்றன. ஆனாலும் இதனைப் போக்க மனம் வருவது இல்லை. காரணம் ; துன்பத்தை அவர்கள் விரும்புகிறார்கள் என்று சொல்ல முடியாது. நாளைக்கு ஒருகால் இந்தத் துன்பம் நீங்கி இன்பம் வருமோ என்ற நம்பிக்கையினால் அவர்கள் வாழ்கிறார்கள்.

நம்பிக்கை

நம்பிக்கைதான் வாழ்க்கைக்கு அடிப்படையானது. நம்பி நம்பி இன்பத்தை எதிர்பார்த்துக் கொண்டிருக்கும் மனிதனுக்கு முன் முடிவில் கூற்றுவன் வந்து நிற்கிறான். கூற்றுவனால் வருகிற துன்பத்தைக் காட்டிலும் பெரிது வேறு ஒன்றும் இல்லை. இறப்பைக் கண்டு அஞ்சுபவர்கள் பலர். மாணிக்கவாசகப் பெருமான் இறைவன் அருளால் இன்பநலம் பெற்றவர். ஆனாலும் கூற்றுவன் வருங்கால் மனம் எப்படி அஞ்சுமோ என்று அவர் நடுங்குகிறார்.

"இறப்பதனுக் கென்கடவேன்!"

இதற்குக் காரணம் அவர் பலவீனம் அல்ல; தமக்குக் கிடைத்துள்ள இன்பத்தின் மீதுள்ள தீவிரமான பற்றே. இந்த ஆத்மாநுபவம் கூற்றுவன் வருங்கால் தளர்ந்து விடுமோ என்ற பயம் உண்டாகிறது. மிகவும் அருமையான பொருள் ஒன்றைப் பற்றிக் கொண்டவன், காற்று அசைந்தாலும் அது போய்விடுமோ என்று அஞ்சுவான். குழந்தை சற்றே வெளியில் போனாலும் அதற்கு ஏதேனும் ஊறுபாடு உண்டாகுமோ எனத் தாய் அஞ்சுவது, அவளுக்கு அக்குழந்தையிடத்தில் உள்ள பற்றுக்கு அறிகுறி. இதுபோலவே இறைவன் திருவருளைப் பெற்றாலும் கூற்றுவன். வருங்கால் துன்பம் உண்டாகுமோ என்று அஞ்சுவதற்குக் காரணம் தாம் பெற்ற அநுபவத்திலுள்ள பெரும் பற்று.

இன்பமும் துன்பமும்

கூற்றுவனைக் கண்டு துன்பப்படுவது கிடக்கட்டும். ஒவ் வொரு நாளும் மனிதன் படுகிற துன்பங்கள் பல. மனித வாழ்க்கையில் இன்பமும் துன்பமும் கலந்தே வருகின்றன. ஆனால் பொதுவாக மனிதர்களைக் கேட்டால் துன்பம் அடைவதாகவே சொல்கிறார்கள். தனியாக இன்பத்தை அனுபவிப்பவர்களும் இல்லை; தனியாகத் துன்பத்தை அநுபவிப்பவர்களும் இல்லை. இன்ப துன்பங்கள் கலந்து கலந்து வருகின்றன.

குழந்தை இறந்துவிட்டது என்று துன்பப்படுகிறார்கள். அதை அடக்கம் செய்துவிட்டு வந்து சாப்பிடுகிறார்கள். சாப்பிடும்போது பசி தீருகிறது. பசி தீருவதும் ஒருவகை இன்பந் தான். குழந்தை இறந்துவிட்ட துன்பத்திற்கு இடையே பசி தீருகிற இன்பம் வரு கிறது. துன்பம் மிகுதியாக இருப்பதனால் பசி தீருகிற இன்பம் மறைந்து விடுகிறது.

துன்பம் மிகுதியாக இருப்பதனால் மனித வாழ்க்கையே துன்பம் தருவது என்று பெரியவர்கள் சொல்கிறார்கள். ஆனால்

இந்த வாழ்வில் எப்போதும் இன்பமாக உள்ள நிலை ஒன்றைப் பெறலாம் என்று அப்பர் சுவாமிகள் முதலிய பெரியவர்கள் சொல்கிறார்கள். இறைவன் திருவருளைப் பெற்றால் சுகத்திற்கும் துக்கத்திற்கும் அப்பாலுள்ள, இருளுக்கும் ஒளிக்கும் அப்பா லுள்ள, நினைப்பு மறப்புக்கு அப்பாலுள்ள ஒருவகை இன்பம் உண்டாகும். அந்த இன்பம் இந்திரிய நுகர்ச்சிக்கு அப்பாற் பட்டது.

நாம் நினைக்கிற இன்பங்கள் எல்லாம் ஐந்து இந்திரியங்களின் வாயிலாக வருகின்றவை. ஐந்து பொறிகளின் வாயிலாக மனத்தில் இன்ப துன்பங்கள் சாருகின்றன. நாம் பெறுகின்ற துன்பங்களுக்கு அளவு கருவி ஐந்து இந்திரியங்கள். இறைவன் திருவருளால் கிடைக்கிற இன்பம் பொறி புலன்களுக்கு அப்பால் இருப்பதனால் அந்த இன்பத்தை நமக்குத் தெரிந்த அளவைகளால் அளக்க முடியாது.

வாழ்க்கையில் இன்பம் கிடைக்கும்போது நாம் பல நல்ல காரியங்கள் செய்ததனால் கிடைத்தது என்று தருக்குகிறோம். துன்பம் வந்தால் அதற்கு என்ன காரணம் என்று யோசித்துப் பார்க்கிறோம். பெரும்பாலும் பிறரைக் காரணமாகச் சொல்லத் துணிகிறோம். இந்த இரண்டு வகையான நினைவுகளும் கூடா வென்று கருதியே, எல்லாம் ஊழ்வினையால் நிகழ்கின்றன என்று சொன்னார்கள் பெரியோர்கள். உண்மையும் அதுதான்.

ஊழ்வினை

ஒருவன் நம்மைத் தன் கையால் அடிக்கிறான். நம்மை அடிப்பது கை என்றா சொல்கிறோம்? அவன் அடித்தான் என்று சொல்கிறோம். அவன் தன் கையைக் கருவியாகக் கொண்டு அடிக்கிறான். அவன் கை அடிப்பதை மாத்திரம் தெரிந்து கொண்டு அந்தக் கையைக் கொண்டவனைத் தெரியாமல் இருப்பது அறியாமை. அவன் கை அடிக்கவில்லை, அவனே கையாகிய கருவியால் அடிக்கிறான் என்று தெரிந்து கொள்வது போலவே, அவனைக் கருவியாகக்

கொண்டு நம்மை அடிப்பது வேறு ஒன்று என்று உணரவேண்டும். அதுதான் நாம் பண்டு செய்த தீவினை.

பகுத்தறிவு உடையவர்கள் என்று சொல்லிக் கொள்கிற நமக்கு நாய்க்கு இருக்கும் அறிவுகூட இல்லை. நாய் ஓடும்போது ஒருவன் கல்லை எடுத்து அடிக்கிறான். கல் நாயின்மேல் பட்டு அதற்குத் துன்பத்தை விளைக்கிறது. அதற்காக நாய் கல்லைக் கடிக்கப் போவதில்லை. கல்லை வீசி எறிந்தவனைப் போய்க் கடிக்கிறது. அந்த அறிவு நமக்கு இல்லையே! அரிவாள் கருவி.

அதை உபயோகிப்பவன் கர்த்தா. "எய்தவன் இருக்க அம்பின் மேல் நோகலாமா?" என்ற பழமொழியைக் கேட்டிருக்கிறோம். அரிவாளாகிய கருவியைக் கொண்டவன் வெட்டினால் அவனைத் தான் கோபித்துக் கொள்ள வேண்டும். அவனைக் கருவியாகக் கொண்டு வெட்டச் செய்கிற வேறு ஒன்று இருக்கிறது. அதுதான் பண்டை வினை. அதனையே விதி என்றும், ஊழ்வினை என்றும் பெரியவர்கள் சொன்னார்கள்.

கடமையும் விதியும்

பெரியவர்கள் விதி என்று சொன்னதற்கும் நாம் இப்போது விதி என்று சொல்வதற்கும் எத்தனையோ வேறுபாடு உண்டு. முயற்சி எதுவும் இன்றிச் சோம்பலில் மூழ்கி எதையும் விதியின் தலையில் போட்டுவிட்டுத் தப்பப் பார்க்கிறோம் நாம். நன்மை ஏற்படும்போது யாரும் விதி என்று சொல்வது இல்லை. நமக்கு லாபம் கிடைத்தது; 'என் தலை விதி" என்று சொல்வது இல்லை. தீமை ஏற்படும்போது, "ஐயோ! இது என் தலைவிதி! என்று நொந்து கொள்கிறோம்; அல்லது அந்தப் பழியைப் பிறன் தலையில் சுமத்தி விடுகிறோம்.

மனிதன் துன்பம் அடைவது இயற்கை. அதை அடைவதற்குக் காரணமாக வேறு ஒருவனைச் சுட்டிக் காட்டிக்கொண்டு போனால் போகப் போக அவன் வாழ்க்கையே கசப்பாக முடியும். மனிதர்கள் ஒருவருக்கொருவர் சண்டை போட்டுக் கொள்வதாக முடியும். ஒரு சமூகமும் மற்றொரு சமூகமும்,

ஒரு நாடும் மற்றொரு நாடும் சண்டை போட்டுக் கொள்வதாக விளைந்து, கடைசியில் உலகம் முழுவதும் போர்க்களம் ஆகிவிடும். அதற்குப் போக்கு என்ன? 'நம்மை அவனா அடித்தான்? அவனைக் கருவியாகக் கொண்டு நம் விதி அல்லவா அவனை அடிக்கத் தூண்டிற்று? நம்முடைய விதி கர்த்தா. அவன் கருவி' என்னும் மனோபாவம் வந்தால் அவன்மேல் கோபம் வராது. நமக்குத் துன்பம் வரும்போதும் நன்மை வரும்போதும் விதியால் ஏற்ட்டவை என்று நினைக்கச் சொல்லிக் கொடுத்தார்கள் நம் நாட்டுப் பெரியவர்கள். கடமையைச் செய்யாமல் விதியைக் காரணமாகச் சொல்கிறவன் சமுதாயத்துக் கும் இறைவனுக்கும் துரோகம் செய்கிறவன் ஆகிறான். அவன் தான் அடைந்த துன்பத்திற்குக் காரணமென்று பிறரிடம் வெறுப்புக் கொள்ளாமல், தன்னுடைய விதியினால் ஏற்பட்டது என்று நினைந்தால், இனி நல்ல காரியங்களைச் செய்ய முயல்வான் நல்ல எண்ணத்துடன்தான் பெரியவர்கள் விதி என்ற உண்மையைத் தெரிவித்தார்கள்.

சோதிடம் கேட்டல்

முந்திய பிறவியின் பயனாகவே நல்லதும் தீயதும் உண்டா கின்றன என்பதை உணர்பவர்கள், பின்னால் என்ன நேரிடும் என்பதை உணர இயலாது. அதைத் தெரிந்து கொள்ள வேண்டு மென்ற ஆசை உந்த மரத்தடியிலோ, பாலத்தடியிலோ உட்கார்ந்திருக்கும் சோதிடனிடம் போகிறார்கள். மூடியிருக்கும் எதிர்காலப் புத்தகத்தைத் திறந்து பார்க்க வேண்டுமென்ற ஆவல் தூண்டச் சோதிடம் கேட்கிறார்கள். நன்மையோ, தீமையோ முந்திய ஊழ்வினையினால் விளையும் எனக் கருதி இறைவன் திருவருளைப் பெற முயலவேண்டும். இறைவன் திருவருள் பலம் இருந்தால் விதியினால் உண்டாகின்ற துன்பத்தின் உறைப்பு நமக்கு இராது. அப்படி இல்லாமல், இனி என்ன நடக்கும் என்று சோதிடம் பார்த்துத் துன்பமாக இருந்தால் முன்னால் இருந்தே கவலைப்பட்டுக் கொண்டிருக்கிறோம். இன்பமாக இருந்தால்

கர்வப்படுகிறோம். பின்னாலே இன்பம் வரும்போது அதன் இனிமை குறைந்து விடுகிறது.

சோதிடத்தில் இரண்டு வகை உண்டு. ஒன்றை அஸ்ட்ரானமி *(Astronomy)* என்றும், மற்றொன்றை அஸ்ட்ராலஜி *(Astrology)* என்றும் சொல்வார்கள். காலத்தைக் காண்பதற்குரிய பகுதி வான சாஸ்திரம். வாழ்க்கையில் உண்டாகின்ற இன்ப துன்பங்களைச் சொல்வது சோதிடம். கடமையிலிருந்து சிறிதளவும் வழுவாத மக்கள் இன்ன இன்ன காரியங்களை இன்ன இன்ன காலங்களில் செய்ய வேண்டுமென்று வரையறுத்திருந்தார்கள். அந்தக் கால நியதியைத் தெரிந்து கொள்ள வேண்டுமென்பதற்காக வான நூலாகிய சோதிடத்தை எழுதி வைத்தார்கள். வேதத்திற்கு அங்கங்கள் ஆறு. சோதிடம் வேதத்தின் கண் என்பார்கள்.

வேதத்தில் விதித்த கர்மாக்களை நன்கு செய்வதற்குரிய காலத்தைத் தெரிந்து கொள்வதற்குப் பஞ்சாங்கத்தைக் கணித்தார்கள்.

காலக் கணக்கைத் தெரிந்து கொண்டு காரியங்களை வழுவாமல் செய்த மக்கள் மிகுதியாக இருந்தபோது காலத்தை நிர்ணயிக்கும் பஞ்சாங்கத்துக்கு மதிப்பு இருந்தது. வாழ்க்கையில் ஏற்படும் இன்ப துன்பங்களை முன்கூட்டியே தெரிந்து கொள்ள வேண்டு மென்ற ஆசை பிற்காலத்தில் வளர ஆரம்பித்தது.

நாளும் கோளும்

சோதிடம் சொல்பவர்கள் நாளையும் கோளையும் பார்க்கிறார்கள். 'நாளும் கோளும்' என்று சேர்த்துச் சொல்வது ஒரு மரபு. நாள் என்பது இருபத்தேழு நட்சத்திரங்களைக் குறிக்கும். மற்ற நட்சத்திரங்களுக்கு மீன் என்று பெயர். கோள் என்பது கிரகம். இருபத்தேழு நட்சத்திரங்களும் பன்னிரண்டு ராசிகளில் அடங்கும். ஒன்பது கிரகங்கள் இந்தப் பன்னிரண்டு ராசிகளில் சஞ்சாரம் செய்கின்றன. அப்படிச் செய்வதனால் அந்த அந்த நட்சத்திரங்கள் அந்த அந்தக் காலங்களில்

உரியவர்களுக்குச் சிலவகையான பலன்களை உண்டாக்கும் என்று கூறுகிறார்கள். கிரகங்கள் ராசிகளில் சஞ்சாரம் செய்வதைக் கிரக சாரம் என்று சொல்வார்கள். ஒருவருக்கு ஏதேனும் துன்பம் வந்தால், "என்னுடைய கிரகசாரம்" என்று சொல்வதை இக்காலத்தில் கேட்கிறோம்.

நாம் செய்த பண்டை வினையின் பயனாக இந்தப் பிறவியில் இன்ப துன்பங்கள் விளைகின்றன. நம்முடைய பழைய வினைக்கு ஏற்ப நாளும் கோளும் அமைகின்றன என்று சோதிட நூல்கள் கூறுகின்றன. அதனாலே தமக்கு வருகிற இன்ப துன்பங்களை முன்கூட்டியே நாளைக் கொண்டும் கோளைக் கொண்டும் தெரிந்து கொள்ளலாம் என்று மக்கள் நம்புகிறார்கள்.

கடவுள் நம்பிக்கையும் சோதிடமும்

இறைவனிடத்தில் நம்பிக்கை உடையவன் சோதிடம் பார்க்க வேண்டிய அவசியம் இல்லை. "நவக்கிரகங்களின் போக்கை முன்னால் தெரிந்து கொண்டால் அவற்றால் நமக்கு வருகின்ற துன்பத்தைப் போக்கிக் கொள்ளக் கிரக சாந்தி செய்யலாம். அதனால் துன்பம் குறையாதா?" என்று சிலர் நினைக்கிறார்கள். போலீஸ்காரனுக்குப் பயந்து அவனிடம் போய்ப் பேசுவதைக் காட்டிலும் போலீஸ்காரர்களை ஆட்டி வைக்கிற அதிகாரியிடத்தில் நட்பாக இருந்தால் கவலைப்பட வேண்டியதில்லை. கிரகங்களுக்குச் சாந்தி பண்ணுவதைவிடக் கிரகங்களுக்கு எல்லாம் தலைவனாக இருக்கிற பெருமானையே சரணாகதி அடைந்துவிட்டால் அந்தக் கிரகங்களால் நமக்கு என்ன தொல்லை விளையும்? இன்ன கிரகத்திற்கு இன்னபடி சாந்தி செய்ய வேண்டுமென்பதை நூலிலிருந்து நன்கு அறிந்து நமக்கு யாராவது சொல்ல வேண்டும். நூலில் நுட்பமாகச் சொல்லியிருக்கிறபடி நடந்தால் நமக்கு ஒருகால் கிரகத்தினால் விளையும் துன்பங்கள் குறையலாம். ஆனால் அவ்வளவு நுட்பமாகக் கணித்துச் சொல்பவர்கள் மிகவும் அரியர். எல்லாவற்றுக்கும் பரிகாரமாக இறைவனுடைய துணை நமக்கு இருக்குமானால்

எந்தக் கிரகம் எப்படி வந்தாலும் அதனால் விளையும் துன்பம் நமக்குக் குறைந்துவிடும்.

என் செயும்?

அருணகிரிநாதப் பெருமான் வினையாலும் அந்த வினையின் விளைவைத் தருவனவாக நினைக்கின்ற நாளினாலும் கோளி னாலும் வருகின்ற துன்பங்களுக்கு நல்ல பரிகாரம் சொல்கிறார். முருகனுடைய திருவருள் இருந்தால் அவற்றால் அச்சம் கொள்ள வேண்டாம் என்று உறுதி கூறுகிறார். "முருகப் பெருமான் தன்னுடைய திருக்கோலத்தை எனக்குக் காட்டினால் நாள் என் செயும்? வினை தான் என் செய்யும்? கோள் என் செயும்? கொடும் கூற்றுவன் என் செய்வான்?" என்று கேட்கிறார்.

நாள்என் செயும்வினை தான்என் செயும்எனை நாடிவந்த
கோள்என் செயும்கொடுங் கூற்றென் செயும்கும ரேசர்இரு
தாளும் சிலம்பும் சதங்கையும் தண்டையும் சண்முகமும்
தோளும் கடம்பும் எனக்குமுன் னேவந்து தோன்றிடினே.

நால்வகைத் துன்பங்கள்

உலகில் பிறந்து வாழ்கிற மக்களுக்கு நாள், கோள், வினை, கொடுங்கூற்று ஆகிய நான்கின் வாயிலாகத் துன்பம் உண்டா கின்றன. முதல் மூன்றும் மனிதன் வாழ்கிற காலத்தில் துன்பத்தை உண்டாக்குகின்றன. வாழ்க்கையின் முடிவில் ஒன்று துன்புறுத்து கிறது. அது கொடுங்கூற்று, நாளும் கோளும் வினையும் கருவி களாக நின்று மனிதனுடைய வாழ்க்கையைப் பலவகையாக உருக்குலைக்கின்றன. வாழ்வு முற்றும்போது உயிரைக் கொண்டு போவதற்கு வருகிறான் கூற்றுவன்.

முதல் மூன்றுக்கும் நாள், கோள், வினை என்று அடைமொழி எதுவும் இன்றிச் சொல்லி, நான்காமவனாகிய கூற்றுவனை, கொடுங்கூற்று என்று சொன்னார் அருணகிரியார். அப்படிச் சொன்னாலும் அந்தக் கொடும் என்ற சொல்லை முதல்

மூன்றுக்கும் சேர்த்துக் கொள்ள வேண்டும். இதை இலக்கணக்காரர்கள், 'இடைநிலைத் தீவகம்" என்பர். கொடும் என்ற சொல் நடுவில் விளக்குப் போல நின்று நாள், வினை, கோள் என்று முன் உள்ளவற்றோடும், கூற்று என்று பின் உள்ளதோடும் இயைகிறது.

நாளிலும் கோளிலும் இருவகை உண்டு. நல்ல நாளும், பொல்லாத நாளும் நல்ல கோளும், பொல்லாத கோளும் உண்டு. அப்படியே வினையிலும் நல்ல வினையும், தீய வினையு ம் உண்டு. நாள் கோள் வினை ஆகியவற்றில் நல்லவற்றால் மனிதனுக்கு இன்பமே விளைகிறது. மனிதன் நல்ல நாளைக் கண்டு அஞ்சுவது இல்லை. நல்ல கோளையும், நல்ல வினையை யும் கண்டும் அஞ்சுவது இல்லை. அவன் கொடிய நாளையும், கொடிய கோளையும், கொடிய வினையையும் கண்டு அஞ்சுகிறான். அதனால் கொடுங்கூற்று என்பதிலுள்ள கொடும் என்பதை மற்ற மூன்றுக்கும் கூட்டுவதே பொருத்தம்.

என்னை நாடிவந்த கோள் என் செயும்?

என்கிறார் அருணகிரியார். எல்லோருக்கும் பொதுவாகக் கிரகம் இருந்தாலும் அதனுடைய சாரம் ஜாதகனின் நாளுக்கு ஏற்றபடி இன்ப துன்பங்களைச் செய்கிறது. அந்தக் கிரகம் அவனை நாடி வந்து பயனைக் கொடுப்பது போலத் தோற்றுகிறது.

சோதிடத்தில் நம்பிக்கை வைக்கக் கூடாது என்று நான் சொல்ல வரவில்லை. வானிலுள்ள கிரகங்களை வான சாஸ் திரத்தின் மூலமாகவும் விஞ்ஞானக் கருவிகளின் வாயிலாகவும் தெரிந்தவர்கள் கிரகங்களால் நமக்குப் பலன் உண்டாகின்றன என்பதை நம்புவது இல்லை. நாம் நம்புகிறோம். கிரகங்களால் வாழ்க்கையில் நன்மை தீமைகள் உண்டாகின்றன என்று நினைப் பதற்கே ஒரு வகை நம்பிக்கை வேண்டும். பூமியைப் போல உருண்டையாக இருக்கிற ஏதோ ஒன்றுக்கும் நமக்கும் என்ன சம்பந்தம் என்று அறிவாளிகள்

கேட்பார்கள். அப்படி இல்லாமல் சூரியன் முதலிய கிரகங்களால் நம்முடைய வாழ்க்கையில் இன்ப துன்பங்கள் உண்டாகின்றன என்று நம்பியே சோதிடத்தைப் பார்க்கிறோம். அந்த நம்பிக்கையைப் பின்னும் மிகுதியாக்கி, எம்பெருமான் திருவருள் இருந்தால் கிரகத்தினால் விளைகின்ற துன்பங்கள் நமக்கு வாரா என்று நினைத்துக் கொள்ளலாமே! அப்படி நினைப்பதைத்தான் அருணகிரியார் நமக்கு இந்தப் பாட்டில் கற்றுக் கொடுக்கிறார்.

சோதிடமும் உபாசனையும்

சோதிடம் சொல்பவர்களைக் கேட்டாலும் ஓர் உண்மை புலப்படும். சோதிட சாத்திரத்தில் நல்ல அறிவு உடையவர்களாக இருந்தாலும் ஒரு தெய்வத்தை உபாசனை செய்தால்தான் வாக்குப் பலிக்கும் என்று சொல்வார்கள். பெரும்பாலும் சோதிடம் கூறு பவர்கள் முருகன், பராசக்தி, ஆஞ்சநேயர் ஆகியவர்களில் ஒருவரை உபாசனை செய்கின்றவர்களாக இருப்பார்கள். அப்படி ஒரு கடவுளை உபாசனை செய்து அதன் மூலமாக நவக்கிரகங் களைப் பற்றித் தெரிந்து கொள்வாரிடம் சோதிடம் கேட்பதை விட நவக்கிரகங்களை மறந்து இறைவனையே வழிபட்டுச் செம்மாந்து இருக்கலாமே!

காலத்தைக் காட்டுவதற்குக் கடியாரம் இருக்கிறது. கடி யாரத்தின் முகத்தில் இரண்டு முட்கள் இருக்கின்றன. அதுமாதிரி வினை என்ற கடியாரத்தில் கோள் என்ற பெரிய முள்ளும், நாள் என்ற சிறிய முள்ளும் இருக்கின்றன. இறைவன் எல்லாக் காலத்திற்கும் பெரிய அளவு கருவியாகிய சூரியனைப்போல இருக்கிறான். சூரியனைப் பார்த்துத் தக்கபடி காலத்தைத் தெரிந்து கொள்பவர்களுக்கு கடியாரம் தாமதமாகப் போனாலும், விரைவாகப் போனாலும் கவலைப்பட வேண்டிய அவசியம் இல்லை. கடியாரத்திற்குச் சாவி கொடுக்க வேண்டுமே என்கிற கவலையும் இராது. இறைவனுடைய திருவருளால் நம்முடைய வாழ்வில் நலம் உண்டாகும் என்ற நம்பிக்கையோடு வாழ்ந்தால் நாளும்

கோளும் நமக்கு ஒன்றும் செய்யா. அவை நமக்கு அனுகூல மாகவே இருக்கும் என்பது பக்தர்கள் கண்ட துணிவு.

தியானம்

மனத்திண்மை இல்லாமல் மனம் போனபடி எல்லாம் பொறி களைச் செல்லவிட்டு உலகியல் அநுபவத்தைப் பெறுகின்ற மனிதன், இறைவன் திருவருளைப் பெற வேண்டுமென்று விரும்பினால் பல காலம் முயற்சி செய்ய வேண்டும். இறைவனை நினைந்து உபாசனை பண்ண வேண்டும். மனம் அலைய அலையத் துன்பம் மிகுதியாகின்றது. பொறிகள் சிதறுண்டு செல்வதற்குக் காரணம் மனந்தான். அந்த மனத்தை ஒருமுகமாக நிறுத்துவதற்கு இறைவனுடைய திருக்கோலத் தியானம் அவசியம். முருகப் பெருமானுடைய திருக்கோலத்தை எண்ணி மனத்தை ஒருமுகப் படுத்தி வழிபடும் நிலை உண்டானால் மனத்திற்குத் திண்மை ஏற்படும். அந்தத் திண்மை, வாழ்க்கையில் உண்டாகின்ற துன்பங் களுக்கு அஞ்சாத நிலையை உண்டாக்கும்; நாளுக்கும், கோளுக்கும், வினைக்கும் சிறிதும் தளர்வு அடையாத நிலையை உண்டாக்கும்.

கோள் நல்லன ஆதல்

பாண்டி நாடு சமணர்களால் நிலைகுலைந்திருந்த காலத்தில் அந்த நாட்டை ஆண்ட கூன் பாண்டியன் சமணர் சமயச் சார்பிலே நின்றான்.சமணர்கள் அரசனைக் கைவசப்படுத்தித் தங்கள் சமயத்தின் பெயரால் சைவ சமயத்தினருக்குத் துன்பத்தை உண்டாக்கி வந்தார்கள். கூன் பாண்டியனுடைய மனைவியாகிய மங்கையர்க்கரசியாரும், அமைச்சர் குலச்சிறையாரும் ஞானசம்பந்தப் பெருமானைப் பாண்டி நாட்டுக்கு அழைத்து வர வேண்டுமென்று விரும்பினார்கள். திருமறைக்காட்டில் சம்பந்தப் பெருமான் எழுந்தருளியிருந்த போது தூதுவர்களை அனுப்பித் தம்முடைய விருப்பத்தைத் தெரிவித்தார்கள். ஞான சம்பந்தப் பெருமான் புறப்படலாம் என்று கிளம்பிய போது நாளும் கோளும் சரியாக இல்லை.

அதனை அறிந்து உடன் இருந்த அப்பர் சுவாமிகள் இப்போது போவது நலம் அன்று என்று சொன்னார். "சமணர்கள் மிகப் பொல்லாதவர்கள். அவர்கள் செய்த வஞ்சனையை நான் அறிவேன். அவர்களிடத்தில் அகப்படக்கூடாது. நாளும் சரியாக இல்லை" என்று அவர் வற்புறுத்தினார். இறைவனுடைய திருவருளைப் பெற்ற ஞானசம்பந்தப் பெருமான் அதற்குச் சிறிதும் அஞ்சவில்லை. "எம்பெருமானுடைய திருவருள் இருக்கும் போது நாள்களும் கோள்களும் நமக்குத் துணை செய்யும். அவற்றால் நமக்கு எத்தகைய துன்பமும் வராது" என்று ஒரு பதிகமே பாடினார். அதற்குக் கோளறு திருப்பதிகம் என்று பெயர்.

"வேயுறு தோளிபங்கன் விடமுண்ட கண்டன்
மிகநல்ல வீணை தடவி
மாசறு திங்கள்கங்கை முடிமேல் அணிந்தென்
உளமே புகுந்த அதனால்
ஞாயிறு திங்கள்செவ்வாய் புதன்வியாழம் வெள்ளி
சனிபாம் பிரண்டு முடனே
ஆசறும் நல்லநல்ல அவைநல்ல நல்ல
அடியார் அவர்க்கு மிகவே"

என்று பாடினார். "இறைவன் என்னுடைய உள்ளம் புகுந்த அதனால் எனக்குக் கோளினாலே எந்த விதத் துன்பமும் இல்லை" என்று சொன்னார். இத்தகைய நிலை அடியார்களுக்கு உண்டாகும்.

"சேயவன் புந்தி பனிப்பானு
வெள்ளியொன் செங்கதிரோன்
சேயவன் புந்தி தடுமாற
வேதரும் சேதமின்றே"

என்று கந்தர் அந்தாதியிலும் அருணகிரியார் முருகனை நம்பின வர்களுக்கு நவக்கிரகங்களால் வரும் துன்பம் இல்லை என்று பாடியிருக்கிறார்.

2

இத்தகைய மனத்திண்மை வரவேண்டுமானால் மனத்தை உலகியற் புயலுக்கு இடமாக்காமல் முருகப் பெருமானுடைய திருக்கோலத்தை நினைக்கின்ற இடமாக, அவன் எழுந்தருளி இருக்கும் சிங்காதனமாக ஆக்க வேண்டும். மனத்திலே அடிக்கடி நினைத்துப் பார்த்துப் பழகினால் அந்தத் தியானம் முறுகும்; பார்க்கும் இடங்களில் எல்லாம் அவன் தோற்றம் தோன்றும். இத்தகைய சிறந்த நிலை வந்தவர்களுக்கு வினையினால் வரு கின்ற துன்பம் தெரியாமல் மரத்துப் போய்விடும்.

பரிகாரம்

குமரேசர் இரு
தாளும் சிலம்பும் சதங்கையும் தண்டையும் சண்முகமும்
தோளும் கடம்பும் எனக்குமுன் னேவந்து தோன்றிடினே.

இதில் மூன்று பகுதிகள் உள்ளன. தாளும் தாளைச் சேர்ந்த அணிகளும் ஒரு பகுதி. சண்முகம் ஒரு பகுதி. தோளும் அதைச் சார்ந்த கடம்பும் ஒரு பகுதி. பிரபஞ்சச் சேற்றிலே அமிழ்ந்து கிடக்கும் ஆருயிர்களுக்குப் பற்றுக் கோடாக இருப்பது தாள். அந்தத் திருவடியில் அவன் சிலம்பும், சதங்கையும், தண்டையும் அணிந்திருக்கிறான். ஏதேனும் ஒன்றை மாத்திரம் அணியவில்லை. அந்தத் திருவடி அருள் செய்யப் புறப்பட்டு வருகிற கோலத்தை முன்கூட்டியே ஒலியினால் அடியார்கள் அறிந்து இன்புற வேண்டும் என்று அவற்றை எல்லாம் அணிந்திருக்கின்றான். திருவடியைக் காண்பதற்கு முன்னாலே அதில் அணிந்திருக்கும் சிலம்பு, சதங்கை, தண்டை ஆகியவற்றின் ஒலியைக் கேட்டே பக்தர்களுக்கு அவன் திருவடி நினைப்பு உண்டாகி விடுகிறது.

"தாளும், முகமும், தோளும் எனக்கு முன் வந்து தோன்றிடின் நாள் முதலாயின என்ன செய்யும்?" என்று கேட்கிறார் அருண் கிரியார். துன்பத்தைத் தருகின்ற பொருள்கள் நாள், கோள், வினை, கூற்று என்பன. இந்த நான்கில் முதல் மூன்றும்

வாழ்க்கை நிகழும் போது வருவன. நான்காவதாகிய கூற்று வாழ்க்கை மாயும்போது வருவது.

குமரேசரின் இரண்டு தாளும், சிலம்பும், சதங்கையும், தண்டையும் வாழும் காலத்தில் நமக்கு முன்னே வந்து தோன்றும் நிலை வந்தால் நாள் நம்மை ஒன்றும் செய்யாது.

நாள் என் செய்யும் ?....... ...குமரேசர் இரு
தாளும் சிலம்பும் சதங்கையும் தண்டையும்.....
எனக்கு முன்னே வந்து தோன்றிடினே!

எம்பெருமானின் ஆறு முகத்தை நினைத்தால் வினை ஒன்றும் செய்யாது. நமக்குத் தீய வினைகளால் விளையும் துன்பத்தை எம்பெருமானுடைய ஆறுமுகங்களும் நீக்கிவிடும்.

வினைதான் என் செயும்?........ குமரேசர்..
சண்முகமும்
எனக்கு முன்னே வந்து தோன்றிடினே!

அடுத்தபடி நமக்குத் துன்பத்தைத் தருவன கோள்கள். அவனுடைய பன்னிரு தோளும் அவற்றில் அணிந்துள்ள கடம்ப மாலையும் நம் முன்னே வந்து தோன்றினால் அந்தக் கோள் களினால் வரும் துன்பம் போய்விடும்.

கோள் என்செயும்
குமரேசர்...
தோளும் கடம்பும் எனக்கு முன்னே வந்து தோன்றிடினே!

எல்லாத் துன்பங்களுக்கும் தலையாய துன்பமாக வாழ்வின் முடிவில் கூற்றுவன் வரும்போது அந்தத் துன்பத்தைப் போக்கு வதற்கு வழி என்ன? அப்போது குமரேசரின் தாளும்,தோளும், சண்முகமும் முன்னே வந்து தோன்றும். அவனுடைய திருக் கோலம் முழுவதும் தோன்றினால் கூற்றுவனால் வருகிற துன்பம் இல்லையாகும்.

கொடுங் கூற்றென் செயும்குும ரேசர்இரு
தாளும் சிலம்பும் சதங்கையும் தண்டையும் சண்முகமும்
தோளும் கடம்பும் எனக்குமுன் னேவந்து தோன்றிடினே?

எப்படித் தியானிப்பது?

இந்தப் பாட்டில் முருகப் பெருமானை எப்படித் தியானிப் பது என்பதை அருணகிரியார் சொல்கிறார். இத்தகைய பாடல்களைக் கேட்பதன் பயனே அதுதான். தியானம் நிலை பெற வேண்டு மானால் அந்தப் பெருமானுடைய திருவுருவத்தைத் தாரணை செய்து கொள்ள வேண்டும். ஆறுமுகப் பெருமானுடைய திருவுருவத்தை மனத்திலே இருத்திக் கொள்வதற்காகவே திருவடியில் இருந்து மெல்ல மெல்ல அவனுடைய திருவுருவத்தை வருணித்துச் சொல்கிறார் அருணகிரியார். குருக்கள் தீபாராதனை காட்டுவது போல அமைந்திருக்கிறது பாட்டு. இந்தப் பாட்டைச் சொல்லும் போதே முருகப்பெருமானின் திருவுருவம் நம் மனக்கண்முன் வரவேண்டும். இறைவனைத் திருக்கோயிலில் கண்டு, அவனது தாளையும் தோளையும் சண்முகத்தையும் கண்ணாரத் தரிசித்து, பாட்டையும் பாடிப் பழக வேண்டும். பின்பு இறைவனுடைய திருக்கோயிலை விட்டு வீட்டுக்கு வந்து அமைதியாக இருந்து பாட்டை மெல்லப் பாடினால் கோயிலில் கண்ட திருவுருவம் நினைவுக்கு வரும். வராவிட்டால் மறுபடியும் பார்த்து அமைத்துக் கொள்ள வேண்டும்.

பெயரும் பொருளும்

ஒருகால் கண்ட பொருளைப் பிற்காலத்தில் அதனுடைய பேரைச் சொல்லும் போது மனிதர்களுக்கு நினைக்க முடிகிறது. இது மனத்தினுடைய இயல்பு. சொல்லைக் கொண்டே பொருளைத் தெரிந்து கொள்வது வழக்கம். இறைவனுடைய திருநாம மாகிய சொல் அவனுடைய திருக்கோலமாகிய பொருளைக் காட்டும். அதற்காகத்தான் எம்பெருமான் பலபல வடிவங் களையும்,

திருநாமங்களையும் கொண்டிருக்கிறான். கண்ணாலே காணுகின்ற பொருளைக் காணாத காலத்தில், கருத்தினாலே காண்பதற்குத் தூண்டு கோலாக இருப்பது அதனுடைய பெயர். அவனுடைய திருநாமங்களும் துதிகளும் அப்படியே இருக்கின்றன. அவனுடைய துதிகளைச் சொல்லிக் கொண்டு தன் கண்முன் இருக்கிற உருவை உள்ளக் கண்ணில் காண்பதற்குச் சற்றே பழக்கம் செய்ய வேண்டும். அப்பழக்கம் முறுகினால் கனவிலும் அவன் திருக்கோலத்தைக் காணலாம். இது மனத்தில் உண்டான பழக்கத்தைச் சார்ந்தது.

குழந்தையையும்,மனைவியையும், வெளி மனிதர்களையும் கனவில் காண்பதற்கு நமக்குத் தகுதி இருக்கிறது. ஆனால் இறைவனைக் காண்பதற்கு அத்தகைய தகுதி உண்டாவதில்லை. யாரேனும் மிகவும் அன்பு உடையவர்கள் இறந்து போனால் அவர்களுடைய ஞாபகமாகவே இருக்கிறோம். அதனுடைய பயனாக நம்முடைய நனவிலும், கனவிலும் அவர்களுடைய உருவம் அடிக்கடி தோன்றுகிறது. இதற்குக் காரணம் அவர்களுக்கு நம்மிடத்திலுள்ள அன்பு என்று சொல்வார்கள். உண்மை யான காரணம் நமக்கு அவர்களிடத்தில் உள்ள அன்புதான். அந்த அன்பு எவ்வளவுக்கெவ்வளவு உரமாக இருக்கிறதோ அவ்வளவுக் கவ்வளவு அவர்களுடைய உருவம் நம்முடைய கனவில் வந்து நிற்கும். இது மனிதன் தன்னுடைய அநுபவத்தில் காண்பது.

இது போலவே எம்பெருமானுடைய திருக்கோலத்தைக் கண்ணாலே கண்டு, மீதூர்ந்த காதலினால் நெஞ்சத்தில் வைத்துத் தியானம் பண்ணிப் பழகினால் கண்ணாலே காணாத காலத்தும் அக்கோலத்தோடு நினைவில் வந்து நிற்பான்; கனவிலும் வந்து நிற்பான். அவன் திருவுருவத்தைக் காணும் பேறு நமக்குக் கிடைக்கும். பழகப் பழக நெஞ்சிலே தோன்றும் உருவமே கண் முன்னாலும் தோன்றும். அந்தத் தோற்றத்தை உருவெளித் தோற்றம் என்று பெரியவர்கள் சொல்வார்கள். காதல் மிகுந்தவர்களுக்குத் தம்முடைய காதலுக்கு உரியவர்களை உருவெளியாகக் காணுகின்ற நிலை

வரும் என்று இலக்கியங்களில் காண்கிறோம். இராமாயணத்தில் இப்படி ஒரு காட்சி வருகிறது.

உருவெளித் தோற்றம்

சூர்ப்பனகை இராமனைக் கண்டு ஆசை கொள்கிறாள். அவனை அணுகியபோது லட்சுமணனால் ஒறுக்கப் பெற்றுத் திரும்புகிறாள். இராவணனிடம் வந்து தன் மூக்கை இழந்ததற்குக் காரணம் கூறுகிறாள். பேரழகியாகிய சீதையைத் தூக்கிக் கொண்டு வந்து இராவணனுக்கு இன்பம் தரும் பொருளாக ஆக்க முயன்றதாகவும், அப்போது லட்சுமணன் தன்னை இந்தக் கோலம் செய்ததாகவும் கூறுகிறாள். சீதையைச் சூர்ப்பனகை பலபடியாக வருணிக்கக் கேட்ட இராவணனுக்கு அப்பெரு மாட்டியிடம் ஆசை உண்டாகிறது. அவளுடைய உருவத்தை அவன் கற்பனை செய்து கொள்கிறான். காம மிகுதியால் அவன் மிகவும் துன்பப் படுகிறான். அப்போது அவனுக்கு உருவெளித் தோற்றமாக ஒரு பெண்ணின் உருவம் தோன்றுகிறது. சீதையை அவன் முன்பு பார்த்தது இல்லை. ஆனாலும் முன்னால் தோற்றுகின்ற பெண்ணின் உருவம் மிக அழகாக இருக்கிறது. அதை அவன் கண்டபோது அவள்தான் சீதையா என்பதை உறுதிப்படுத்திக் கொள்ள உடனே சூர்ப்பனகையை அழைத்து வரச் சொல்கிறான். சீதை சீதை என்று எப்போதும் நினைத்துக் கொண்டிருந்தமையினால் அவனுக்குப் பார்க்கும் இடம் எங்கும் சீதையாகத் தோன்றும் நிலை வந்து விட்டது.

ராவணன் ஏவலின்படி சூர்ப்பனகை அங்கே வந்தாள். அவளோ இராமனிடத்தில் தீரா விருப்பம் கொண்டவள். அவள் இராவணனை அணுகியபோது, "இதோ பார்: இவள்தானா நீ சொன்ன சீதை?" என்று அவன் கேட்கிறான்.

**"பொய்ந்நின்ற நெஞ்சிற் கொடியாள் புகுந்தாளை நோக்கி
நெய்ந்நின்ற கூர்வாளவன் நேருற நோக்கி நங்காய்
மைந்நின்ற வாட்கண் மயில்நின்றெ‌ன வந்தென் முன்னர்
இந்நின்றவ ளாங்கொ லியம்பிய சீதை என்றான்."**

சூர்ப்பனகைக்கு எப்போதும் இராமனுடைய நினைவாகவே இருக்கிறது. இராவணனுக்குச் சீதையிடத்தில் உள்ள ஆசை எத்தனை வலியதோ, அத்தனை வலியது சூர்ப்பனகைக்கு இராமன் பால் உள்ள ஆசை. இராவணன் தான் கண்ட உருவெளித் தோற்றத்தைக் காட்டி, "இவள்தானே சீதை?" என்று கேட்டபோது சூர்ப்பனகை பார்க்கிறாள். அவளுக்கு அங்கே சீதை தோன்றவில்லை; இராமன் தான் தோன்றுகிறான். உடனே அவள் வியப்பு மீதூர்ந்து, "இவன்தான் அந்த வல்வில் இராமன்" என்கிறாள்.

**'செந்தா மரைக்கண்ணொடுஞ் செங்கனி வாயி னோடும்
சந்தார் தடந்தோளொடுந் தாழ்தடக் கைக ளோடும்
அந்தா ரகலத்தொடு மஞ்சனக் குன்ற மென்ன வந்தா
னிவனாகுமவ் வல்வில் இராம னென்றாள்.'**

வெறும் காமிகளுக்கே மனக்கண்ணிலும் புறத்திலும் அவர்கள் நினைத்த உருவம் தோற்றுமானால், இறைவன்பால் எல்லை இல்லா அன்பு கொண்ட பக்தர்களுக்குத் தோற்றுவதற்குத் தடை என்ன? மனம் என்பது எல்லோருக்கும் ஒன்றுதான். பக்தி உணர்ச்சி மிக்கவர்கள் இறைவனுடைய தியானத்தினால் அவன் திருக்கோலத்தை நினைத்த இடம் எல்லாம் காண்பதற்குரிய நிலையை அடைவார்கள்.

எங்கே நினைப்பினும்

"எங்கே நினைப்பினும் அங்கே வந்து என்முன் எதிர் நிற்பனே" என்று பிறிதோர் இடத்தில் அருணகிரியார் பேசுகிறார். தேவி பக்தர் ஆகிய அபிராமிபட்டர்,

**''பார்க்கும் திசைதொறும் பாசாங் குசமும் பனிச்சிறைவண்டு
ஆர்க்கும் புதுமலர் ஐந்தும் கரும்புமென் அல்லலெல்லாம்
தீர்க்கும் திரிபுரை யாள்திரு மேனியும் சிற்றிடையும்
வார்க்குங் குமமுலை யும்முலை மேல்முத்து மாலையுமே''**

தோன்றும் என்று பாடுகிறார்.

குமரேசன் நம்முடைய கவனத்தை ஈர்க்கும் சிலம்பு முதலியவற்றை அணிந்த தாள் உடையவனாக இருக்கிறான், அவற்றை நினைந்து நாளுக்கு அஞ்சாமல் பக்தர்கள் இருக்க வேண்டுமென்பதற்காக. ஆறு முகத் திருக்கோலம் கொள்கிறான், வினைக்கு அஞ்சாமல் இருக்க. பன்னிரு தோளும் கடம்பும் உடையவனாக விளங்குகிறான், கோளுக்கு அஞ்சாமல் இருக்க. தோளும், முகமும், தாளும் ஒருசேர விளங்கும் கோலம் கொண்டு வருகிறான் கொடும் கூற்றுவனுக்கு அஞ்சாமல் இருக்க.

நாள்என் செயும்வினை தான்என் செயும்எனை நாடிவந்த
கோள்என் செயும்கொடுங் கூற்றென் செயும்கும ரேசர் இரு
தாளும் சிலம்பும் சதங்கையும் தண்டையும் சண்முகமும்
தோளும் கடம்பும் எனக்குமுன் னேவந்து தோன்றிடினே.

இருபத்தேழு

இந்தப் பாட்டில் எனக்கு நயம் ஒன்று தோன்றுகிறது. இருபத்தேழு நட்சத்திரங்களில் எல்லா மனிதர்களும் பிறக்கிறார்கள். நட்சத்திரத்தைத் தெரிந்து கொண்டே கிரகங்களின் சஞ்சாரத்தை அறிந்து நல்லதையும், தீயதையும் சொல்வார்கள் சோதிடர்கள். இந்தப் பாட்டில் இருபத்தேழு பொருள்களைச் சொல்லியிருக் கிறார் அருணகிரியார், இரண்டு தாள், இரண்டு சிலம்பு, இரண்டு சதங்கை, இரண்டு தண்டை ஆகத் தாளுடன் சேர்ந்த பொருள் எட்டு. முகம் ஆறு. தோள்கள் பன்னிரண்டு. கடம்ப மாலை ஒன்று. ஆக இந்த இருபத்தேழு பொருள்களை நினைப்பாருக்கு இருபத் தேழு நட்சத்திரங்களால் வரும் தீங்கும், அவற்றினுடைய தொடர்பால் கிரகங்கள் விளைக்கும் தீமையும், அவற்றைக் கருவியாகக் கொண்டு வினையால் நேரும் விளைவும் அச்சத்தைத் தாரா. வினையைக் கொன்றுவிடலாம் என்று சொல்லவில்லை. இறை வனைத் தியானிப்பவர்களுக்கு வினையை வென்றுவிடும் நிலை உண்டாக்கும்

நாள்என் செயும்,வினை தான்என்
செயும், எனை நாடிவந்த
கோள்என் செயும்,கொடுங் கூற்றென்
செயும்,கும ரேசர்இரு
தாளும் சிலம்பும் சதங்கையும்
தண்டையும் சண்முகமும்
தோளும் கடம்பும் எனக்குமுன்
னேவந்து தோன்றிடினே?

[குமரேசருடைய இரண்டு திருவடிகளும் அவற்றில் புனைந்த சிலம்பும் சதங்கையும் தண்டையும், ஆறுமுகங்களும், தோள்களும், அவற்றில் அணிந்த கடம்பமலர் மாலையும் எனக்கு முன்னே வந்து தோன்றினால், கொடிய நாள் என்னை என்ன செய்யும்? தீய வினைதான் என்ன செய்யும்? என்னை நாடி வந்த கொடிய கிரகம் என்ன செய்யும்? கொடுமையான கூற்றுவன் என்ன செய்வான்?

தோன்றிடின் என் செயும் என்க. கோள் - கிரகம். கூற்று - யமன்.]

முற்றும்.

★★★

9 788199 825819